மக்களாகிய நாம்

We The People

மக்களாகிய நாம்

We The People

நிர்மல்

ZDP
SPECIFICS

Title: Makkalagiya Naam
Author's Name: Nirmal

Published by ZDP Specifics

ZDP Specifics
(An imprint of Zero Degree Publishing)
No. 55(7), R Block, 6th Avenue,
Anna Nagar,
Chennai - 600 040

Website: www.zerodegreepublishing.com
E Mail id: zerodegreepublishing@gmail.com
Phone: 89250 61999

ZDP Specifics First Edition: January 2025
ISBN: 978-93-48439-51-2
TITLE NO ZDP Specifics: 103

Rs. 200/-

Cover Design: Manivannan
Layout: Vidhya Velayudham
Printed at Rathna Offset, Chennai

பொருளடக்கம்

நான்கு உன்னதங்கள்

முன்னுரை

அனைவருக்கும் வணக்கம்:

இந்திய அரசியலமைப்பு சாசனம் பற்றியும், அதன் முகவுரை குறித்தும் பாடங்களில் படித்திருப்போம். அது குறித்து தேர்வுகளில் கேட்கப்படும் கேள்விகளுக்கு பதில் அளிக்க, இந்திய அரசியலமைப்பு சாசனத்தின் முகவுரை குறித்து நாம் வாசித்திருப்போம். ஆனால், அதன் வரலாற்றைக் குறித்தோ, அதன் உள்ளார்ந்த பொருள் குறித்தோ, அவை காட்டும் உன்னதமான நோக்கங்கள் குறித்தோ பெரிதாகப் பொருட்படுத்தியிருக்க மாட்டோம்.

இந்திய அரசியலமைப்பு சாசனத்தைக் குறித்து விளக்கிச் சொல்லும் புத்தகங்கள் தமிழில் மிகக் குறைவு. அதுபோல், மேடைப் பேச்சுகளில் இந்திய அரசியல் அமைப்பு சாசனத்தைக் குறித்துப் பேசும் பேச்சாளர்களும் மிகக் குறைவே. காரணம், இந்திய அரசியலமைப்பு சாசனம் என்பது வழக்கறிஞர்கள், அரசு அதிகாரிகள் மட்டுமே பயன்படுத்தக்கூடியது என்கிற தவறான புரிதல்.

இந்திய ஆட்சிப் பணி மற்றும் இந்திய காவல் துறை பணிக்கான தேர்வுகளை எழுதுகிறவர்கள் அதிகம் படிக்கும் முக்கியப் பாடமாக இந்திய அரசியலமைப்பு சாசனம் உள்ளது. மற்றபடி, நாம் பொருட்படுத்தாத, சிந்திக்காத, அதே வேளையில், நாம்

அனைவரும் தெரிந்து கொள்ள வேண்டிய மிக முக்கிய ஆவணமாக இந்திய அரசியலமைப்பு சாசனம் உள்ளது. அரசியல் பொதுத் தளங்களில் இயங்குகிறவர்கள் கூட, இந்திய அரசியலமைப்பு சாசனம் குறித்துப் பேசுவதில்லை என்பது வருத்தத்திற்குரியது.

இப்படியானச் பொது சமூகச் சூழலில், இந்திய அரசியல் சாசனம் குறித்தும், அதன் முகவுரையைக் குறித்தும் பேசும் ஓர் அரசியல்வாதி தொல் திருமா அவர்கள் மட்டுமே.

இந்திய அரசியலமைப்பு சாசனத்தின் முகவுரையில் உள்ள *'Constitute'* எனும் சொல்லுக்குப் பின்னுள்ள உள்ளார்ந்த பொருளை, தொல். திருமா அவர்கள், தனது மேடை பேச்சுக்களில் அவ்வப்போது மிக நேர்த்தியாக சுவைபட விளக்கிய காணொலியை பல முறை கேட்டிருக்கிறேன். அப்படிக் கேட்டதன் தாக்கம், நம் அரசியலமைப்பு சாசனத்தின் முகவுரைக்காக கோர்க்கப்பட்ட ஒவ்வொரு சொற்களுக்குள்ளும் ஒளிந்திருக்கும் உணர்வுகள் எவை, அவை நமக்கு என்ன சொல்ல வருகின்றன? என, இது போன்ற மேலும் பல கேள்விகளை எனக்குள் எழ வைத்தன.

குறிப்பாக, இந்திய அரசியலமைப்பு சாசனம் என்றால் என்ன? அதன் முகவுரை என்றால் என்ன? 'அரசியல் அமைப்பு சாசனம்' எனும் வாழ்க்கை நெறி நுட்பத்தை மனிதர்கள் ஏன் கண்டுபிடித்தார்கள்? அதற்கு 'முகவுரை' எனும் முன்னுரை எழுதும் வழக்கத்தை தோற்றுவித்தது யார்? என, இதுபோன்ற பல கேள்விகள் என்னுள் எழ, அந்தக் கேள்விகளுக்கான விடைகளைத் தேடிக் கண்டடையும் பொருட்டு, பல்வேறு புத்தகங்களை வாசிக்கத் துவங்கினேன்.

அந்த வாசிப்பின் நீட்சி தொடரும்போது, 'மக்களாட்சி'எனும் 'அரசியல் ஆட்சி முறை' குறித்த புதிய பார்வை எனக்குள் பிறக்க, அது குறித்து என் தேடுதல் பயணம் மேலும் அதிகரிக்க, உலக நாடுகளின் அரசியலமைப்பு சாசனங்களின் வரலாற்று பக்கங்களைத் துலாவத் துவங்கினேன். ஒவ்வொரு நாட்டினருக்குமான அரசியலமைப்பு சாசனம் உருவாகக்

காரணமாக இருந்த, அந்நாடுகளின் தொன்மைக் கதைகளைத் தெரிந்து, அவற்றுக்குள் ஊடுருவி, உலாவினேன். இந்தியா உள்ளிட்ட பல்வேறு நாட்டு அரசியல் தலைவர்களின் பேச்சுகளை உள்ளக் கதவை முழுமையாகத் திறந்து வைத்துக் கேட்டேன். அரசியல் சாசன நிர்ணய மன்றத்தின் உரையாடல்களை வாசித்தேன்.

அதைத் தொடர்ந்து, டாக்டர் பாபா சாகேப் அம்பேத்கர் அவர்களின் சிந்தனைகளுக்குள் புகுந்தேன். இந்திய அரசியல் சாசன உருவாக்கத்தில் பங்குபெற்ற, தொலை நோக்குப் பார்வை கொண்ட இந்தியத் தலைவர்களின் கருத்துகளை அறிந்தேன்.

அண்ணல் அம்பேத்கர் இந்திய அரசியலமைப்பு சாசனத்தின் முகவுரையை *'Its Indeed, A Way of Life'* என்கிறார். அதாவது, 'முகவுரை என்பது ஒரு வாழ்க்கை முறை' என்கிறார்.

வாழ்க்கை முறை என்றால், அந்த முறையின் அடிப்படைக் கூறுகள் யாவை? அந்த வாழ்க்கை முறை உயர்த்திப் பிடிக்கும் மதிப்புகள், நம்பிக்கைகள் மற்றும் செயல்கள் எவை? அவை எப்படி ஒன்றோடொன்று இணைக்கப்படுகின்றன?

இது போன்று எனக்குள் எழுந்த கேள்விகளுக்கான பதில்களைத் தேடி, புரிந்து கொண்டதன் தொகுப்பே 'மக்களாகிய நாம்' எனும் இந்தப் புத்தகம்.

இந்தப் புத்தகம் ஞான உரை அல்ல. அறிஞரின் அறிவு உரை அல்ல. மாறாக, உங்கள் தோழர், உங்கள் வீட்டுப் பிள்ளையின் அறிவுத் தேடலின் பகிர்வே இந்தப் புத்தகம். ஒரே தேசமாக வாழும் சக மனிதர்களோடு உரையாடி மகிழச் செய்யும் செய்யும் சிறு முயற்சியே இந்தப் புத்தகம்!

குறிப்பாக, எங்கோ வாழும் நான் எழுதிய புத்தகத்தின் கருத்துகளை, எனக்கு அறிமுக இல்லாத வாசகர்களாகிய உங்களோடு பகிரும் தோழமையான உரையாடல் *(A Fraternal Dialogue)* இந்தப் புத்தகம்.

வானத்தில் பறக்கும் விமானத்தை, குழந்தைத் தனத்தோடு பல

முறை கண்டுகளித்து, குதூகலித்த ஒருவர், முதன் முதலாக விமானத்தில் பயணிக்கும் வாய்ப்பு வரும்போது, அந்தப் பயணம் குறித்து எப்படி உணர்வாரோ அதுபோலவே, இந்திய அரசியலமைப்பு சாசனத்தின் முகவுரை பற்றி அறிந்துகொள்ள ஆவலோடு நான் மேற்கொண்ட தேடுதல்களில் கண்டடைந்தவற்றை இந்தப் புத்தகத்தில் எழுதியுள்ளேன்.

முதன் முதலில் விமானத்தில் பயணிக்கிற ஒரு பயணிக்கு, விமானத்தின் இயந்திரத் தொழில்நுட்பம், விமானக் கட்டுப்பாட்டு அறையில் உள்ள சிக்கல் மிகுந்த நுட்பங்கள், விமானத்தைப் பறக்கச் செய்யும் இயற்பியல் முறை போன்றவை குறித்தான விஷயங்கள் தேவையில்லை.

மாறாக, விமானத்தின் ஜன்னல் கண்ணாடி வழியாகப் பார்க்கும் திட்டுத் திட்டுகளான மேக மேடுகள், புள்ளியாகத் தெரியும் மலைச் சரிவுகள், எங்கே துவக்கம், எங்கே முடிவு எனத் தெரியாமல், தாறுமாறாக வளைந்து ஓடும் சாலைகள் என, தன் புதிய அனுபவத்தை வியப்போடும், ஆர்வத்தோடும் பார்த்துச் செல்லும் ஒரு குழந்தையைப் போன்றுதான் அந்தப் பயணியின் மனநிலை இருக்கும்.

விமானப் பயணத்தை அனுபவிக்க, நாம் ஒரு விமானியாக இருக்க வேண்டிய அவசியமில்லை! அதுபோல இந்திய அரசியல் சாசனத்தின் முகவுரையைப் புரிந்து, அறிந்து, உணர்ந்து கொள்ள சட்டப் பின்னணி தேவையில்லை.

நீங்களும் நானும் இணைந்து அதன் இலட்சியங்களை ஆராய்வோம். வரலாற்றுப் பின்னணிகளைப் பேசுவோம். நமது முகவுரையுடன் பயணித்துக் கொண்டே, மற்ற நாடுகளின் முகவுரைகளை எட்டிப் பார்ப்போம். இந்திய அரசியலமைப்பு சட்டத்தின் நுட்பத்தை விட, முகவுரையின் கருத்தை விவாதிப்போம். அதன் அழகை ரசித்து உரையாடுவோம். அது தரும் உணர்வை அனுபவிப்போம்.

இந்திய அரசியல் அமைப்பு குறித்த என்னுடைய ஈராண்டு தேடல் பயணம் எனக்குள் ஏற்படுத்திய தாக்கத்தை, புரிதலை

ஒரு புத்தகமாக வெளியிடலாம் எனக் கருதி, 'ஜீரோ டிகிரி' பதிப்பகத்தின் உரிமையாளர் திரு ராம்ஜி அவர்களிடம் கூறியபோது, என்னை வெகுவாக ஊக்குவித்தார்.

"என்ன நிர்மல், புக்க எழுதி முடிச்சிட்டீங்களா, எப்போ முடியும்?" என, ஒரு பதிப்பாளர் ஓர் எழுத்தாளரை உரிமையோடு கேட்கும் அந்தத் தருணம் ஆயிரம் காதலிகள் 'ஐ லவ் யூ' சொல்வற்கு இணையானது என்பதை அவரின் ஒவ்வொரு அலைபேசி அழைப்பிலும் உணர்ந்தேன்.

'அபுதினம்' என்றால் ஆய்வுக் கட்டுரைகள் அல்லது ஆய்வு கட்டுரைகளுக்கு ஒப்பான வடிவத்தில் எழுதுவது. ஆனால், இந்தப் புத்தகத்தில் இந்த முறை கையாளப்படவில்லை. ஒரு புதினத்தின் பாணியில் இதை எழுதி முடித்த பின், நண்பர்கள் சிலரிடம் குற்றம், குறை காண அனுப்பி வைத்தேன்.

அவ்வகையில், இந்தப் புத்தகம் அச்சு வடிவில் பிரசுரமாவதற்கு முன்பே, வாசித்து, பிழை திருத்தி, தங்கள் மேலான கருத்துக்களை பதிவு செய்த எனது நண்பர்கள் மற்றும் என் நல விரும்பிகளாகிய திரு மகேஷ்வரன், திருமதி சசிகலா, திருமதி ராணி விக்டோரியா, திருமதி கங்கா மற்றும் 'சூரியகதிர்' ஸ்ரீதர் ஆகியோருக்கு என் நெஞ்சார்ந்த நன்றிகள்.

இந்தப் படைப்பை தன் படைப்பாகப் பாவித்து, தனது 'எடிட்டிங்' திறனால் வாக்கியங்களை மேலும் அழகூட்டி, மெருகேற்றித் தந்த நண்பர் பாலமுருகன் செந்தூர்பாண்டியன் அவர்களுக்கும் நன்றி.

இந்திய அரசியலமைப்புச் சாசனம் குறித்தும், அதன் முகவுரை குறித்தும் நீதிமன்றங்களில் நடந்த வாதங்கள், அது குறித்து அளிக்கப்பட்ட தீர்ப்புகள் குறித்து இந்தப் புத்தகம் பேசவில்லை. மாறாக, 'இந்திய அரசியலமைப்பு சாசன முகவுரை'யில் உள்ள ஆழமான விஷயங்கள் குறித்தான என் தேடலில் கிடைத்த, நான் கண்டடைந்த வாசிப்பு அனுபவத்தை 'நமக்கான வாழ்க்கை முறை' எனும் உணர்வோடு பகிர்ந்துள்ளேன்.

இந்தப் புத்தகத்தைச் சட்ட ஆவணமாகக் கருதாமல், நம் அரசியல்

சாசனத்தின் முகவுரைக்குள் இருக்கிற ஆழமான, விசாலமான நோக்கங்களை திறந்த மனதோடு, எந்த எதிர்பார்ப்புகளுமின்றி படித்து மகிழ்ந்திட, என் நேசத்திற்குரிய உறவாக, விருந்தினரைப் போன்று உங்களையும் அழைக்கிறேன்.

என்றும் தோழமையுடன்
நிர்மல்
01.12.2024

தொன்மைக் கதைகள்

1. மந்தைகளே நாம்

'மந்தை', 'மந்தைகள்' என்ற சொல்லை நாம் அறிந்திருப்போம், படித்திருப்போம். அதாவது, கூட்டமாக வாழ்தல். இந்த 'மந்தை' என்ற சொற்பதத்தை, ஆடு, மாடு என்ற கூட்டத்திற்கே பயன்படுத்தி மகிழ்கிறோம். உண்மையில், மனிதர்களாகிய நாமும் 'மந்தை'கள்தான்.

சற்றே நிதானித்து சிந்தித்தால், இவ்வுலகில், ஆடு, மாடு உள்ளிட்ட பிற உயிரினங்களைக் காட்டிலும் பெரும் கூட்டமாக, ஆகப் பெரும் மந்தைகளாக வாழ்வது மனித இனம்தான். மனித இனத்தைவிட பெரும் மந்தையை உங்களால் கூற முடியாது. என்னாலும் முடியாது.

உலகின் பெரும்பாலான உயிரினங்கள் மந்தைகளாக சேர்ந்தே வாழ்கின்றன. என்றாலும், அவற்றின் வாழ்க்கையில் முடிச்சுகள் கிடையாது. திடீர் திருப்பங்கள் கிடையாது. அரசியல், சினிமா, நடிகையின் கிசுகிசு, 'ஷேர் மார்கெட்' உள்ளிட்ட செயல்பாடுகள் கிடையாது. அந்த உயிரினங்களின் பிறப்பு முதல் இறப்பு வரையிலான வாழ்க்கை செயல்பாடுகள் அனைத்தும் வரையறுக்கப்பட்டவையாக இருக்கும். ஆனால், மனித மந்தைக் கூட்டம் இதிலிருந்து வேறுபட்டதாலேயே, இந்தப் புத்தகத்தை எழுதும் அவசியம் எனக்குள் முளைத்தது.

ஒரு சிங்கக் கூட்டத்திற்குள் புதிதாக ஒரு சிங்கம் அனுமதிக்கப்படுவதில்லை. ஒரு கொரில்லாக் கூட்டத்திற்குள் புதிய கொரில்லா புக முடியாது. ஆனால் மனிதர்கள் இதற்கு விதிவிலக்கானவர்கள். பணி நிமித்தமாக, நமக்கு முன்பின் தெரியாத ஓர் ஊரில் குடியேறி, நம்மால் வாழ முடியும். அங்குள்ள மனிதர்களோடு உறவாட முடியும்.

துவக்க காலம் முதல் இப்போது வரையில், நாம் மந்தைகளாக வாழ்ந்து வருகிறோம். ஆனால், இந்த மந்தைக் கூட்டத்திற்குள் 'தனித்துவம்' உள்ளது.

தேனீக்கள், எறும்புகள் மட்டுமல்ல, கண்களுக்குப் புலப்படாத பாக்டீரியாக்கள், வைரஸ்கள் உள்ளிட்டவையும் மந்தைகளாகவே வாழ்கின்றன. ஆனால், இந்த மந்தைக் கூட்டங்களின் செயல்பாடுகள் மனித மந்தைகளின் செயல்பாடுகளைப் போல சிக்கலானவை அல்ல. நமது செயல்பாடுகளோடு ஒப்பிடும் பொழுது அவற்றின் செயல்பாடுகள் அடிப்படையான செயல்பாடுகளே.

நம் வீட்டிற்கு பால் கொண்டுவரும் நபரை 'பால்காரர்' என்று மட்டுமே அறிந்து வைத்திருப்போம். அதுபோல், மளிகைக் கடைக்காரரை, இஸ்திரி செய்பவரை, குப்பை அள்ள வருகிறவர்களை, அவர்களின் தொழில் சார்ந்து மட்டுமே அறிந்திருப்போம். அவர்களின் வாழ்க்கை முறை பற்றி அறிந்திருக்க மாட்டோம். அதுபோல், நமது ஊரில் இருக்கும் அனைவரையும் தனிப்பட்ட முறையில் அறிந்திருக்க மாட்டோம். ஆனாலும் அவர்கள் நம் மந்தைக் கூட்டத்தில் ஒரு மனிதர் என்பதால் தனிப்பட்ட முறையில் உரையாடுவோம். கொடுக்கல் வாங்கல் வைத்துக் கொள்வோம். சரியோ, தவறோ அவர்களைப் பற்றிய ஒருவித புரிதலை, கருத்தை நமக்குள் உருவாக்கிக் கொள்வோம்.

எடுத்துக்காட்டாக, நம் வீட்டிற்கு பால் கொண்டு வரும் பால்காரருக்கு ஏதேனும் பிரச்னை வந்தால், அதற்கு உதவக் கூட நம்மால் முடியும். 'என் மகளுக்குத் திருமணம் வைத்துள்ளேன்' என அந்தப் பால்காரர் நமக்கு பத்திரிகை வைத்தால், அந்தத்

திருமண நிகழ்வில் பங்கேற்று, மொய் எழுதி, உணவருந்தி வருவோம்.

நமக்குத் தெரிந்த ஒருவர், அவருக்கு நெருக்கமான நபர் குறித்து நம்மிடம் உரையாடும்போது, நம் கருத்துகளை அவரிடம் கூறுவோம். இந்த வாழ்வியல் முறைதான் மனித சமூக வாழ்வின் அடிப்படை நெறி.

ஆதியில், பெரும் காட்டிற்குள் வசித்த மனிதர்கள், மந்தைகளாகவே வாழ்ந்தனர். தனிக் குடும்பமாகவோ, கூட்டுக் குடும்பமாகவோ அவர்கள் தனித்து வாழவில்லை. வாழவில்லை எனச் சொல்வதைவிட, அந்தச் சூழலில், அப்படித் தனித்து வாழவே முடியாது என்பதுதான் உண்மை. என்றாலும், இந்த மந்தைக் கூட்டத்திற்குள் 'தனக்கான குடும்பம்', 'தனக்கான உறவு' என்ற சிறு பிளவோடு, பெரும் கூட்டமாகவே வாழ்ந்துள்ளனர்.

இப்படிப் பெரும் கூட்டமாக காடுகளில் வாழ்ந்த மனித மந்தைகள், இன்னொரு மனித மந்தைகளோடு தேவைக்கேற்ப பகை மட்டுமன்றி நட்பையும் பாராட்டியுள்ளார்கள். இப்பொழுது முகநூலில் 'ஃப்ரெண்ட்', 'அன்ஃபெரண்ட்' செய்வது மாதிரி. அப்போதும், மற்றவர்களுக்குத் தேவையானதை அளித்துத் தனக்குத் தேவையானதை பெற்றுக் கொள்ளும் சிந்தனை மனித மந்தைகளிடம் இருந்துள்ளது. இது, மனித இனத்திற்கான தனித்துவ இயங்கு திறன்.

துவக்க காலத்தில், காடுகளில் கூட்டமாக வாழ்ந்து, விலங்குகளை வேட்டையாடி, அதன் சதைகளை உணவாக உட்கொண்ட மனித இனம், ஒரு கட்டத்தில் வேளாண் தொழிலைக் கற்றுக் கொண்டது. வேளாண்மைத் தொழிலை கற்றறிந்த பின், மந்தைகள் பெரிதாகின, அல்லது பெரியதாக வேண்டிய அவசியத்தை வேளாண் தொழில் உருவாக்கியது. அதுவரை வேட்டைக்காக அலைந்து திரிந்த கூட்டத்தினர், ஊராகக் கூடி வாழ கற்றுக்கொண்டார்கள்.

அப்போது, சிறு குழுக்களாக, ஊராக, நகரமாக கூடி வாழ்ந்த நாம் இன்று பெரும் தேசமாக வாழப் பரிணமித்திருக்கிறோம்.

கொஞ்சம் யோசித்துப் பாருங்கள்! நம்மோடு காட்டில் வாழ்ந்த யானை, புலி, சிங்கம் எல்லாம் இன்றும் அங்கேதான் உள்ளன. கூட்டமாக காட்டுக்குள் வாழ்வது எளிதல்ல. பெருங் கானகத்திற்குள் பிழைத்துக் கிடப்பதே மிக அரிது. அப்படியென்றால் வாழ்தல் எத்தனைக் கடினம். பிழைப்பது வேறு, வாழ்வது வேறு!

'திரில்' அனுபவத்திற்காக, காட்டுக்குள் 'டிரெக்கிங்' செல்கிறவர்கள் பலருண்டு. இவர்கள் சிறு குழுவாகவே காட்டிற்குள் செல்வர். காட்டிற்குள் செல்லும் பயணத்தில் துவங்கி, அங்கே என்னென்ன செய்ய வேண்டும், செய்யக் கூடாது என, இந்த 'டிரெக்கிங்' குழு ஒரு சட்டதிட்டத்தை வைத்திருக்கும். அந்த சட்டதிட்டங்களுக்கு உட்பட்டே, அந்தக் குழுவில் உள்ள அனைவரும் செயல்பட வேண்டும். சட்டதிட்டங்களுக்கு உட்படாமல் தன்னிச்சையாக அழிச்சாட்டியம் செய்பவர்களின் நிலை இறுதியில் என்னவாகும் என்பதை துயரச் செய்திகளாக பத்திரிகைகளில் வாசித்துள்ளோம். காரணம், உயிரிழப்பு நிகழக்கூடும்.

ஒரு குழுவாக இயங்க, சட்டநெறிமுறைகள் மிக முக்கியம். அதுபோல், அந்த சட்ட நெறிமுறைகளைத் தொடர்ந்து பாதுகாப்பது, அதற்குரிய பயிற்சி அளிப்பது, அவற்றை நடைமுறைப்படுத்துவது, விதிமீறல்களைத் தடுப்பது, அவற்றை அடுத்த தலைமுறைகளுக்கு கடத்துவதும் முக்கியமானது.

சட்டங்களும், அதை முறையாக நடைமுறைப்படுத்தும் நிர்வாகத்தின் செயலாக்கங்களுமே, ஒரு குழுவின் வெற்றி தோல்வியை தீர்மானிக்கும். இயற்கையில் தொடரும் 'வாழ்வா சாவா' எனும் போராட்டத்தில் வெல்லும் வாய்ப்பை இந்த சட்டதிட்டங்களே செய்திருக்கும்.

இதை உணர்ந்தால், சட்டங்களும், அதன் நெறிமுறைகளும் மனித சமூகத்தோடு பல்லாயிரம் ஆண்டுகளாக தொடர்ந்து பயணிக்கிறது என்பதை மிக எளிமையாகப் புரிந்து கொள்ள முடியும்.

இப்படியான சட்டங்கள் எப்படி உருவாகின என்பதைக் குறித்து, உலகெங்கும் வாழும் சமூகங்களிடம் பல்வேறு கதைகள் உள்ளன. அந்தக் கதைகள் பாடலாகவும், இலக்கியங்களாகவும் தலைமுறை கடந்து எழுத்து வடிவத்தில் இன்றும் நமக்கு கிடைக்கின்றன.

ஒவ்வொரு நாட்டிலும் சட்டங்கள் எப்படி உருவானது என்பதற்கு கதைகள் உள்ளன. அந்தக் கதைகளில் சிலவற்றை இங்கே கூறுவது, இந்திய அரசியல் சாசனம் குறித்து உரைக்கப்போகும் இந்தப் புத்தகத்திற்கு அவசியமாகிறது.

2. மாலி நாட்டுத் தலைவன்

ஆப்பிரிக்கா என்றதும் காடுகள், விலங்குகள், பழங்குடியின மக்கள் அதிகம் அதிகம் வசிக்கும் நிலப்பரப்பு என்பதுதான் நம் நினைவுக்கு வரும். இந்தச் சிந்தனை நமக்கு நாமே கட்டமைத்துக் கொண்டது.

காரணம், நமக்கு வழங்கப்பட்ட செய்திகளின்படி, ஆப்பிரிக்கா என்றால் பொருளாதாரத்தில் பின்தங்கிய நிலப்பரப்பு, அங்குள்ள மனிதர்கள் படிப்பறிவில்லாதவர்கள், பாமரர்கள் என்ற பிம்பத்தை உருவாக்கி வைத்துள்ளோம். ஆனால், உண்மை அதுவல்ல!

அங்கும் மிகப் பெரிய சாம்ராஜ்யங்கள் இருந்துள்ளன. மாமன்னர்கள் வாழ்ந்துள்ளனர். எகிப்திய நாகரீகம் ஆப்பிரிக்க நிலப்பரப்பில்தான் உள்ளது.

ஆப்பிரிக்க மக்களைக் குறித்தும், அவர்களின் பண்டைய வரலாறு குறித்தும் தேடினால், பல்வேறு ஆச்சர்யமான செய்திகள், கதைகள், வரலாறுகள் நமக்குத் தெரிய வருகிறது. அப்படியான கதைகளில் ஒன்றுதான் 'மாலி' எனும் சாம்ராஜ்யத்தை ஆண்ட மன்னனின் கதை.

இன்று நம்மை அடிமைப்படுத்தியுள்ள 'யூ டியூப்' வலைதளத்தில்,

'The Sunjata Story' என்று தேடினால், மெல்லிய பின்னணி இசையோடு ஒரு பெண் பாடுவார்.

அந்தப் பாடலின் சாராம்சம்...

"ஓ... பிரகாசமான நாட்டின் குழந்தைகளே,
நான் சொல்வதைக் கேளுங்கள்.
நமது மக்களின் பண்டைய மகத்தான
செயல்களைக் கேளுங்கள்.
ஒரு சிங்கம் காட்டை ஆள்வது போல,
மக்களை ஆண்ட ஒரு மாமன்னனின்
கதையைச் சொல்கிறேன் கேளுங்கள்."

இப்படித்தான் சுஞ்சாத்தாவின் கதையை மேற்கு ஆப்பிரிக்க நாடானா மாலி எனும் நாட்டைச் சேர்ந்தவர்கள் பாடலாகப் பாடுகிறார்கள்.

கி.பி 13ஆம் நூற்றாண்டில், இன்றைய மாலி எனும் நாடு உருவாகக் காரணமாக இருந்த, சுஞ்சாத்தா எனும் மாமன்னனைப் புகழும் வரிகள் இவை. 'லயன் கிங்' என அழைக்கப்படுபவன் அந்த மன்னன்.

பிறந்த பொழுது நடக்கவும் பேசவும் இயலாத சுஞ்சாத்தா, பல தடைகளை மீறி பெரும் வீரனாக பிற்காலத்தில் உருவெடுக்கிறான். அதன்பின், இன்றைய 'காம்பியா', 'கினியா', 'மாலி, 'செனகல்', 'புர்கினா பாசோ', 'மொரிடானியா', 'நைஜீர்' ஆகிய நாடுகளின் பகுதிகளை உள்ளடக்கிய மாபெரும் நிலப்பரப்பை வெற்றி கொண்டு, அவற்றை இணைத்து, பெரிய சாம்ராஜ்யத்தை உருவாக்கினார் சுஞ்சாத்தா.

இந்த வீரனின் வாழ்வை, இப்போதும் கதைப் பாடலாக பாடி வருகிறார்கள் மாலி நாட்டைச் சேர்ந்தவர்கள். சுஞ்சாத்தா வாழ்ந்தது 13 ஆம் நூற்றாண்டு. அப்போது, மக்கள் பின்பற்ற வேண்டிய சட்ட முறைகளை அந்த மன்னன் உருவாக்கி, அவற்றைத் தொகுத்து ,முறைப்படுத்தி, மக்களிடத்தில் சட்டமாக அளித்தான். இந்தச் சட்டமுறைகளுக்காக தொகுக்கப்பட்ட சட்ட வரைமுறைகள்தான் 'மாண்டன் சாசனம்' *(Manden Charter)*

ஆகும். மாலி மொழியில் இது 'கொரூகன் ஃபூகா'*(Kouroukan Fouga)* என்றும் அழைக்கப்படுகிறது.

'மாண்டன்' சாசனமானது அமைதி, பெண்களுக்கு முன்னுரிமை, அடிமைத்தனத்தை ஒழித்தல், கல்வி மற்றும் உணவுப் பாதுகாப்பு போன்றவற்றைப் பற்றி பறைசாற்றுவதாக இருக்கிறது. 13 ஆம் நூற்றாண்டில் உருவான இந்தச் சாசனமே, இன்று உலக நாடுகளிடையே நடைமுறையில் உள்ள அரசியல் சாசனங்களின் தொன்மை முன்னோடி.

இந்த சுஞ்சாத்தாவின் புகழைச் சொல்லும் கதையும், 'கொரூகன் ஃபூகா' *(Kouroukan Fouga)* எனும் சட்டமுறைகளோடு இணைந்தே பாடப்படுகிறது. அதாவது, இந்த சுஞ்சாத்தாவின் கதைதான் 'கொரூகன் ஃபூகா' எனும் சட்டமுறைகளுக்கான அறிமுக உரை.

"இன்றைய நவீன மக்களாட்சி முறையின் அடிப்படையாக உள்ள அரசியல் சாசனத்துக்கு நிகரானது மாலி நாட்டு சுஞ்சாத்தாவின் சட்டமுறைகள்" என்கிறார்கள் அறிஞர்கள். நீங்கள் 'லயன் கிங்' எனும் திரைப்படத்தைப் பார்த்திருந்தால், அதன் கதையும் சுஞ்சாத்தாவின் கதையும் கிட்டதட்ட ஒன்றுபோல இருக்கும்.

அடுத்து மத்திய கிழக்கில் உள்ள ஒரு நாட்டிற்குச் செல்வோம்.

3. கடவுள் தந்த சட்டங்கள்

*1901*ஆம் ஆண்டில், 'ஜாக் டி மோர்கன்' என்ற பிரெஞ்சு சுரங்கப் பொறியாளர், ஈரான் நாட்டில் உள்ள 'சூசா' *(Susa)* எனும் இடத்தில் அகழ்வாராய்ச்சியில் ஈடுபட்டிருந்தபோது, நீளவாக்கிலான பெரிய நடுகல் ஒன்றைக் கண்டெடுத்தார். கிட்டத்தட்ட நான்கு டன் எடை, பத்து அடி உயரமான அந்த நடுகல் மூன்று துண்டுகளாக உடைந்து போன நிலையில்தான் கண்டெடுக்கப்பட்டது.

பத்தடி உயர அந்த நடுகல்லின் உச்சியில் பாபிலோனிய நீதிக் கடவுளான 'ஷாமாஷ்' *(Shamash)* எனும் கடவுளிடமிருந்து, 'ஹம்முராய்' அரசன் சட்டத்தைப் பெறுகின்ற காட்சி சிற்பமாக செதுக்கப்பட்டிருந்தது. முதல் இரண்டரை அடி வரை, கடவுளிடம் சட்டம் பெறும் 'ஹம்முராய்' என்ற அரசனின் சிற்பம், அதன் கீழ் சட்டங்களின் முன்னுரை போன்ற வாசகங்கள் அடங்கிய வாக்கியங்கள் கொண்ட நீண்ட உரை எழுதப்பட்டிருந்தது.

இன்று உலகின் பல நாடுகளின் அரசியல் அமைப்புச் சட்டத்திற்கு முன்னுரை அல்லது முகப்புரை இருக்கிறது. ஆங்கிலத்தில் '*Preamble*' எனப் பெயர். 'ஹம்முராய்' அரசனும், தனது சட்டங்களுக்கு நீண்ட முன்னுரை அல்லது அறிமுக உரை ஒன்றை எழுதி வைத்துள்ளான். கிட்டத்தட்ட மூவாயிரம்

ஆண்டுகளுக்கு முன் எழுதப்பட்ட ஹம்முராயின் சட்டத் தொகுப்பிற்கான முன்னுரை எப்படி இருக்கிறது, அதில் என்ன கூறியிருக்கிறார் என்று பார்ப்போம்.

பூமியின் தலைவிதியை நிர்ணயித்த மேன்மையான 'அனு' எனும் கடவுளின் பெயரைச் சொல்லி ஆரம்பித்து, கிட்டத்தட்ட முப்பதுக்கும் மேற்பட்ட கடவுள்களின் பெயரைக் குறிப்பிட்டு, 'அந்தக் கடவுள்கள் அனைவரும் ஒன்று சேர்ந்து, துன்மார்க்கரை, தீமை செய்பவர்களை அழிப்பதற்காக, தேசத்தில் நீதியின் ஆட்சியை பாபிலோனில் கொண்டு வருவதற்காக, இளவரசனாகிய 'ஹம்முராய்' எனும் தன்னை அழைத்தார்கள்' என, அந்தச் சட்ட முகவுரையில் அறிமுகப்படுத்திக் கொள்கிறார் ஹம்முராய்.

"வலிமையுடையவன் பலவீனனுக்குத் தீங்கு செய்யக் கூடாது என்பதற்காக, 'ஷாமாஷ்' எனும் கடவுளுக்கு இணையான சக்தியோடு மனிதர்களை நான் ஆள வேண்டுமென்பதற்காக, கடவுள்கள் அனைவரும் என்னைப் பணித்தார்கள். மனிதகுலத்தின் நல்வாழ்வை மேம்படுத்த, நிலத்தை ஒளிரச் செய்யவேண்டும் என, என்னைத் தேர்ந்தெடுத்தார்கள்" என்பதுதான் அந்த நீண்ட முகவுரையின் சுருக்கம்.

அந்த முகவுரையைத் தொடர்ந்து, பல்வேறு குற்றங்களுக்கான தண்டனைகள், எந்த வேலைக்கு எவ்வளவு கூலி தர வேண்டும் என பல சட்டங்களை கொண்டதுதான் இந்த 'ஹம்முராய்' சட்டங்கள்.

அவரின் சட்டத் தொகுப்பில் எனக்குப் பிடித்தது 'வலியவர்கள் எளியவர்களுக்கு தீமை செய்யக் கூடாது' என்கிற வரிகள்தான்.

பொதுவாக ஹம்முராயின் சட்டங்கள் 'பல்லுக்குப் பல்', 'கண்ணுக்குக் கண்' என, கொடுமையானதாகவே உள்ளன என வாசித்திருப்போம். அது ஒருவகையில் உண்மைதான். ஆனால், அவனது நோக்கம், வலியவர்கள் எளியவர்களை அச்சுறுத்தக் கூடாது என்பதாகவே உள்ளது என்பதை அவன் எழுதிய முகவுரையிலிருந்து தெரிய வருகிறது.

இந்த உணர்வு அன்று எந்தளவுக்கு நடைமுறையாக்கப்பட்டிருந்தது எனத் தெரியவில்லை. ஆனால், மூவாயிரம் ஆண்டுகளுக்கு முன்பே 'சமூக நீதி' என்றால் என்ன என்பதைத் தெளிவாகச் சொல்லி இருப்பது ஆச்சர்யமே. "தாழக்கிடப்பாரைத் தற்காப்பதே தர்மம்" என்று ஐயா வைகுண்டர் சொல் நினைவுக்கு வருகிறது.

இந்திய அரசியலமைப்பைக் குறித்த இந்தப் புத்தகத்தில் எதற்கு இந்தக் கதைகள் என்கிற விபரங்களைச் சொல்வதற்கு முன், ஆஸ்திரேலியாவுக்குச் சென்று, அந்த நிலத்துப் பூர்வக்குடிகளின் கதை ஒன்றைக் கேட்போம்.

4. பாம்பு தந்த சட்டங்கள்

பூமியின் தட்டையான நிலப்பரப்பில் 'கூரியல்லா' *(Goorial-la)* எனும் வானவில் பாம்பு ஊர்ந்து சென்றதால் மலைகள் உருவானது, நிலப்பரப்பு உழப்பட்டது. அதன் வழித்தடத்தில் நீர் ஆறாகப் பெருகி ஓடத் துவங்கியது. புற்கள், செடிகள், மரங்கள் வளரத் தொடங்கின. உயிரினங்கள் தூக்கத்திலிருந்து விழித்துக் கொண்டன. அனைத்தும் உயிர்களும் உயிர்ப்பிக்கப்பட்ட பின், அந்த வானவில் பாம்பானது அந்த உயிரினங்கள் பின்பற்ற வேண்டிய விதிகளை உருவாக்கியது.

"விதிகளுக்குக் கீழ்ப்படியும் அனைத்து விலங்குகளையும் மனிதர்களாக மாற்றுவேன். அதுவே உங்களுக்கான வெகுமதி" என்றது. சில விலங்குகள் விதிகளைப் பின்பற்றின. இதனால், மனிதர்களாக மாற்றப்பட்டு வெகுமதி பெற்றன. மற்ற விலங்குகள் விதிகளை மீறின. அவற்றை கற்களாக மாற்றியது வானவில் பாம்பு.

இந்தப் பாம்புக் கதையை, இன்றைக்கும் தொன்று தொட்டு சொல்லி வருகிறார்கள் ஆஸ்திரேலியப் பழங்குடியினர். இயற்கையோடும், சக மனிதர்களோடும் இணைந்து வாழத் தேவையான சட்ட முறைகளைத் தந்த வானவில் பாம்பை, இப்போதும் மதிப்பு மரியாதையோடு வணங்கி வருகிறார்கள். அவர்களின் கலைப் படைப்புகள் யாவற்றிலும் நீக்கமற

நிறைந்துள்ளது இந்த வானவில் பாம்பு.

சட்டங்கள், விதிகள், முறைகள் போன்றவற்றை கதைகளாகவும், பாடல்களாகவும் கல்வெட்டுக்களாக பதித்திருந்தாலும், அந்த முறைகள் எப்படி உருவானது எனும் கதையோடுதான் இவை யாவும் துவங்குகிறது.

அடுத்து ஒரு கதையைப் பார்ப்போம்.

5. யூதர்களின் பத்துக் கட்டளைகள்

யூத இனத்தினர் எகிப்து தேசத்தில் 400 ஆண்டுகளுக்கும் மேலாக அடிமையாக இருந்தார்கள். அவ்வாறு அடிமைகளாக இருந்த போதிலும், அந்த 400 ஆண்டுகளில், யூதர்களின் எண்ணிக்கை மற்றும் பலம் அதிகரிக்க ஆரம்பிக்கிறது. இதை அறிந்த எகிப்து அரசன் பார்வோன், அவர்களுக்குப் பல இன்னல்களைக் கொடுக்கிறார். யூத இனத்தில் ஆண் குழந்தை பிறந்தால் கொன்றுவிட வேண்டும் என்று சட்டம் இயற்றுகிறான்.

அந்தச் சூழலில், யூத இனத்தைச் சேர்ந்த ஒரு தாய், தனக்குப் பிறந்த ஆண் குழந்தையைக் காப்பாற்றுவதற்காக, ஒரு கூடைக்குள் அந்தக் குழந்தையை வைத்து, நைல் நதியில் விட்டுவிடுகிறார். அந்தக் குழந்தை எகிப்து நாட்டு அரசனின் மகளிடம் போய்ச் சேர்கிறது. குழந்தையின் அழகில் மயங்கிய அந்த அரசனின் மகள், அந்தக் குழந்தையைத் தத்தெடுத்து, மோசே (மோசஸ்) எனப் பெயரிட்டு வளர்க்கிறாள்.

மோசே வளர்ந்து இளைஞனான பின், தனது பிறப்பு குறித்த விவரம் தெரிய வருகிறது. தனது யூத இனத்தினர் இப்படி அடிமையாக இருப்பதைக் கண்டு வருந்துகிறான். அப்போது, யூத மக்களின் கடவுளான 'யஹோவா' அவனை அழைக்கிறார். "நம் மக்களை விடுவிக்க நீ எகிப்தியருக்கு எதிராகப் போராட வேண்டும்" என, அவனுக்குக் கட்டளையிடுகிறார். பலம்

பொருந்திய எகிப்திய படைகளிடமிருந்து செங்கடலைக் கடந்து, யூத மக்களை அடிமைத்தனத்திலிருந்து விடுவிக்கிறான் மோசே எனும் மோசஸ்.

இது யூதர்களின் புனித நூலான ‘தோரா’வில் சொல்லப்பட்டிருக்கும் கதை.

எகிப்து நாட்டிலிருந்து வெளியேறி, மூன்று மாதங்களுக்குப் பிறகு, யூதர்கள் ‘சீனாய்’ எனும் மலைப்பகுதிக்கு வருகிறார்கள். உணவு உண்ணாமல், தண்ணீர் பருகாமல், இரவும் பகலும் நாற்பது நாட்கள் அங்கே ‘மோசே’ தவமிருந்தார். அப்போது மோசேவிடம் இரண்டு தட்டையானக் கற்களைக் கொடுத்த கடவுள், அவற்றில் தனது கட்டளைகளை எழுதும்படி அவரைப் பணித்தார். கடவுள் சொல்லச் சொல்ல, மோசே அந்த இரண்டு கற்களில் பத்துக் கட்டளைகளை எழுதி முடித்தார்.

“நீங்கள் எனக்கு முழுமையாகக் கீழ்ப்படிந்து, என் உடன்படிக்கையை கடைபிடித்தால், எல்லா தேசங்களிலும் நீங்கள் பொக்கிஷமான சொத்தாக இருப்பீர்கள்” என, மோசேக்கு பத்துக் கட்டளைகளை கடவுள் கொடுத்தார். *(கடவுளின் விரலால் கல்லில் எழுதப்பட்ட இந்த நியமங்கள்தான், யூதர்களின் புனிதமான கட்டளைகளாக இன்றும் கருதப்படுகின்றன.)*

பத்துக் கட்டளைகள் பொறிக்கப்பட்ட கல்லை ஒரு பெட்டிக்குள் வைத்து, அதைத் தங்கள் ஆலயத்தின் கருவூலத்தில் வைத்து யூதர்கள் வணங்கினார்கள். இந்தப் பெட்டிக்கு உடன்படிக்கைப் பெட்டி *(Arc Of Covenent)* என்று பெயர். ‘கடவுளின் பத்துக் கட்டளைகள்’ என, மோசே அளித்த கட்டளைகள் யூத மதத்தின் அடிப்படைச் சட்டமாக துவக்கத்தில் இருந்தன. இயேசு கிறிஸ்துவுக்குப் பிறகு, அந்தப் பத்துக் கட்டளைகளும் கிறிஸ்தவ மதத்தோடும் இணைந்து கொண்டன.

அடுத்து நம்மூரின் கதை.

6. மநு தர்ம சாஸ்திரம்

ஏகாந்த சிந்தனையோடு அமர்ந்திருந்த மநுவை அணுகிய மகரிஷிகள் அவரை முறைப்படி வணங்கி இவ்வாறாகச் சொன்னார்கள்.

"பகவானே, நான்கு வர்ணத்தவரும் கடைப்பிடிக்க வேண்டிய தர்மங்களைப் பற்றியும், அவர்களுக்குள் கலப்பு சம்பந்தங்களால் ஏற்பட்ட வர்ணத்தாருடைய தர்மங்களைப் பற்றியும், எமக்கு எடுத்துரைப்பீராக.

பிரபுவே, வேதங்களில் கூறப்பட்ட அனைத்தையும், பிரம்ம சொரூபத்தையும், தத்துவங்களையும் அறிந்தவர் தாங்கள் ஒருவரே. தாங்களே நாங்கள் கேட்ட விஷயத்தை தெளிவுபடுத்தக் கூடியவர்."

மகரிஷிகள் இவ்வாறு வினவ, அளப்பரிய ஞானம் கொண்டவரான மநுபகவான் அந்த மகரிஷிகளைத் தக்கபடி உபசரித்து, "அவ்வாறே ஆகட்டும், கூறுகிறேன் கேளுங்கள்" என்றருளினார்.

இப்படித்தான் மநு தர்மசாஸ்திர நூல் துவங்குகிறது. 'மநு தர்மம்' அல்லது 'மநு ஸ்மிருதி' என அழைக்கப்படும் "இந்த நீதிகளின் தொகுப்பு, இந்தியத் துணை கண்டம் மட்டுமின்றி, தெற்காசியா, இலங்கை உள்ளிட்ட பகுதியிலும் மனிதர்களின் சமூக வாழ்வியலைத் தீர்மானித்தது" என்கிறார்கள்.

இந்தியத் துணைகண்ட நிலப்பரப்பில் உருவான பல தர்ம சாஸ்திர நூல்களில் முதன்மையானதும், தற்காலத்திலும் புழக்கத்தில் இருக்கும் நூல்தான் 'மநு தர்ம சாஸ்திரம்.'

இந்திய குடியுரிமைச் சட்டங்கள் இயற்றுவதற்கு முன்பு, இந்தியாவை ஆண்ட இஸ்லாமியர்களும், ஆங்கிலேயர்களும் 'இந்து மக்களுக்கு' எதிரான குற்ற வழக்குகளிலும், குடியுரிமை வழக்குகளிலும் மநு தர்ம சாஸ்திரத்தின் அடிப்படையிலேயே தீர்ப்புகளை வழங்கினர் என்பது பலருக்குத் தெரியாத செய்தி. ஆங்கிலேயர் ஆட்சிக் காலத்தில் இஸ்லாமியர் அல்லாத மற்ற அனைவரின் வழக்குகளுக்கும் மநு தர்மசாஸ்திரத்தின் படியே நீதி வழங்கப்பட்டன. இதற்கென சமஸ்கிருதம் அறிந்த பண்டிதர்களை ஆங்கிலேய அரசு அப்போது நியமித்திருந்தது.

இப்படியாக ரிஷிகள் கேட்ட கேள்விகளுக்கு 'மநு' எப்படிப் பதில் கூறுகிறார் என்றால், இந்த உலகம் எவ்வாறு உருவானது, அதில் சுயம்புவாக பிரம்மன் எனும் கடவுள் எவ்வாறு உருவானார், மண்ணுலகையும் விண்ணுலகையும் பிரம்மன் எப்படிப் பிரித்தார், நிலத்தையும் நீரையும் உருவாக்கி, அதில் உயிரினங்களைப் படைத்து, அந்த உயிரினங்களுக்குள் மனதை வைத்து, விதவிதமான குண நலன்களை அளித்தார் என்பதை விளக்கமாகச் சொல்கிறார் மநு.

பின்னர், "பிரம்மாவே இந்தத் தர்ம சாஸ்திரத்தை முதலில் உருவாக்கியவர். அதைப் பல முனிவர்களுக்கு நான் உரைத்தேன். இந்த 'பிருகுமுனி'அந்த சாஸ்திரம் முழுவதையும் என்னிடம் பயின்றிருக்கிறார். இவர் உங்களுக்கு தர்ம சாஸ்திரத்தை உரைப்பார்" என மநு கூறினார்.

எவ்வளவோ முனிவர்கள் இருக்கும்போது தன் குருவான மநு இந்த சாஸ்திரத்தை எடுத்தியம்ப, தன்னை நியமித்ததைக் கண்டு மிகுந்த சந்தோஷமுற்றார் பிருகு முனிவர். நீதி முறைகளைக் கேட்கக் காத்திருக்கும் ரிஷிகளைப் பார்த்து, காலங்களைப் படைத்த பிரம்மனின் காலக்கணக்கு எத்தகையது போன்றவற்றை விளக்கிச் சொல்லி, பலவித யுகங்களும் அந்த யுகங்களுக்கான சட்டங்கள் உருவானதையும் கூறத் துவங்குகிறார் பிருகு முனிவர்.

7. காணாமல் போன அசோக மன்னன்

இன்று நமது தேசிய கொடியை அலங்கரிக்கும் தர்ம சக்கரத்தை அசோகச் சக்கரம் என்றும் அழைக்கிறோம். காரணம். அசோக சக்ரவர்த்தி நிறுவிய ஸ்தூபியில் இடம் பெற்றிருந்த சின்னம் அது. இது மட்டுமல்ல, நமது ரூபாய் நோட்டுகளிலும், நாணையங்களிலும் உள்ள சிங்க முகமும் அசோகரின் சின்னமே.

1915 ஆம் ஆண்டுக்கு முன்புவரை, அசோகர் என்கிற அரசன் வாழ்ந்தான், இந்த நிலப்பரப்பை அரசாண்டான் என்கிற வரலாறே நமக்கு தெரிந்திருக்கவில்லை. ஆம், உண்மைதான். அசோகர் என்கிற அரசன் இருந்தான், அவன் புத்தரின் தம்ம நெறிகளை உலகெங்கும் கொண்டு சென்றான், இந்திய துணைக் கண்டம் மட்டுமின்றி, கிரேக்கம் வரை அவனது புகழ் ஓங்கியிருந்தது போன்றவை நம் நாட்டினர் யாருக்கும் தெரிந்திருக்கவில்லை.

இந்தியாவை ஆண்ட ஆங்கிலேயர்கள், இந்தியாவின் தொன்மை குறித்த ஆய்வை மேற்கொள்வதிலும் மிகுந்த ஆர்வம் கொண்டிருந்தனர். அவர்கள் இந்தியத் துணைக்கண்டம் முழுவதும் பல நினைவுத் தூண்கள் மற்றும் பாறைகளில் விசித்திரமான கல்வெட்டுகள் இருப்பதை அறிந்து, அவற்றைக் குறித்து ஆய்வு செய்வதில் மிகுந்த ஆர்வம் கொண்டிருந்தனர். பெரும்பாலும் இந்தத் தூண்களும் கல்வெட்டுகளும் காடுகள்

மற்றும் மக்கள் புழங்காத இடங்களிலேயே மறைந்து கிடந்ததால், இவை புராண மனிதர்களால் நிறுவபட்டது எனவும், பழங்கால மன்னர்களால் நிறுவப்படிருக்கலாமெனவும் நம் மக்கள் கருதி வந்தார்கள்.

சில இடங்களில் இந்தத் தூண்களுக்கு பூஜை புனஸ்காரங்கள் செய்யப்பட்டு வழிபாடுகளும் நடத்தி வந்தனர் நம் மக்கள். ஆனால், அவற்றில் எழுதப்பட்டிருந்த எழுத்துக்களை அவர்கள் வாசிக்கவில்லை. காரணம், அந்த எழுத்துருக்கள் அவர்களுக்குப் புரியவில்லை.

1837 ஆம் ஆண்டில், ஜேம்ஸ் பிரின்செப் எனும், ஒரு பிரிட்டிஷ் தொல்பொருள் மற்றும் நாணயவியல் நிபுணர், ஒரு தூணில் எழுதப்பட்ட எழுத்துகளை முதன் முதலாக வாசித்தார். பின்னர், அதுபோன்று மற்றொரு தூண் இருப்பது தெரியவர, அதில் எழுதப்பட்டிருந்த எழுத்துகளையும் வாசித்தார். அந்த எழுத்துக்கள் பிராமி எழுத்துக்கள் என அழைக்கப்பட்டது.

இப்படி இந்தியாவின் பல இடங்களில் இருந்த நினைவுத் தூண்களில் உள்ள எழுத்துகளை வாசிக்கும் போது, அவற்றில் மீண்டும் மீண்டும் ‘தேவானம்பிய பியதாசி’ என்ற பெயர் குறிப்பிடப்பட்டிருந்தது. அதாவது, ‘கடவுள்களுக்கு பிரியமானவர்’ என்பதே அந்தப் பெயர். யார் அந்த ‘தேவானம்பிய பியதாசி’ என்கிற ஆங்கிலேயர்களின் தேடல் இறுதியில் மௌரிய பேரரசனான அசோகன் என கண்டறியப்பட்டு, உறுதியும் செய்யப்பட்டது.

ஆங்கிலேயர்களின் தொடர் ஆய்வில், பேரரசர் அசோகர் தனது ஆட்சிக் காலத்தில் (கி.மு 3-ஆம் நூற்றாண்டில்), இந்தியத் துணைக் கண்டத்தின் தற்கால இந்தியா, பாகிஸ்தான், ஆஃப்கானிஸ்தான் மற்றும் வங்காளதேசம் ஆகிய நாடுகளின் பாறைகள் மற்றும் தூண்களில் தனது கட்டளைகளையும், கௌதம புத்தர் அருளிய அறநெறிகளையும் பொதுமக்கள் கடைப்பிடிக்க வேண்டி பொறித்து வைத்திருந்தார் என, அந்த ஆய்வின் இறுதியில் தெரிய வந்தது.

அப்படி என்னதான் எழுதியிருந்தான் அசோகன். இதோ ஓர் எடுத்துக்காட்டு:

“கடவுளுக்குப் பிரியமான மன்னர் பிரியதர்சி இவ்வாறு சொல்கிறார்: ‘இதற்கு முன் அரசாங்க வேலைகளைச் சரியாகக் கவனிக்க முடியாமலும், சரியான நேரத்தில் சரியான தகவல்களைப் பெற முடியாத நிலையும் இருந்து வந்தது. அதனால்தான், இந்தப் புதிய ஆணை பிறப்பிக்கப்படுகிறது.

மாமன்னராகிய நான், உணவு சாப்பிட்டுக்கொண்டு இருந்தாலும், அந்தப்புரத்தில் இருந்தாலும், படுக்கையறையில் சயனம் கொண்டிருந்தாலும், தேரில் பயணம் செய்துகொண்டு இருந்தாலும், பல்லக்கில் இருந்தாலும், கேளிக்கை நிகழ்வுக்காக பூங்காவில் இருந்தாலும், வேறு எந்த இடத்தில் எப்படி இருந்தாலும், அரசாங்க அலுவலர்கள் மூலம் மக்களின் பிரச்னைகள் தொடர்பான தகவல்கள் எந்த நேரத்திலும், உடனுக்குடன் எனக்கு அனுப்பப்பட வேண்டும்.

அதன் வாயிலாக மட்டுமே மக்களின் பிரச்னைகளை உடனடியாக என்னால் கவனிக்க முடியும். கொடை மற்றும் நலத் திட்டப் பொது அறிவிப்புகள் தொடர்பாக நான் வாய் வார்த்தைகளாகப் பிறப்பித்து இருக்கும் ஆணைகள் அல்லது அமைச்சர்களுக்கு வந்து சேரும் அவசர உத்தரவுகள் தொடர்பாக யாருக்காவது ஏதேனும் கருத்து வேறுபாடு ஏற்பட்டால், அது தொடர்பான தகவல்கள் உடனடியாக மன்னராகிய என்னிடம் வந்து சேரவேண்டும். இது என்னுடைய ஆணை.

வேலையைக் கவனமாகச் செய்வதிலும் அதற்காக கடுமையாக உழைப்பதிலும் ஒரு நாளும் நான் திருப்தி அடைவது இல்லை. மக்கள் அனைவரது நலத்தையும் பேணுவதை என்னுடைய கடமையாக நினைக்கிறேன். அதைச் சிறப்பாகச் செய்ய நான் கடும் முயற்சியை மேற்கொள்ள வேண்டியிருக்கிறது.

ஆகவே, வேலைகளைத் தாமதமின்றி உடனே முடிக்க வேண்டும். மக்களின் நலத்தை முன்னெடுப்பதைவிட முக்கியமான வேலை ஏதும் இல்லை. இந்தத் தர்ம ஆணை, வெகு காலத்துக்கு

இருப்பதற்காகவும், என் மகன்களும், பேரன்களும், அதற்கடுத்த சந்ததியினரும் இதன்படி நடந்து உலகின் நலத்தைப் பேணுவதற்காக, இவை கல்வெட்டில் எழுதப்படுகிறது."

8. அரேபிய மறுமலர்ச்சி

இன்று உலகெங்கும் உள்ள இஸ்லாமியர்களுக்கு ‘மெக்கா’ மற்றும் ‘மதீனா’ என்ற இரு நகரங்கள் புனித நகரங்களாக கருதப்படுகின்றன. அந்த நகரங்களுக்குப் புனித யாத்திரை மேற்கொள்வதையும் தங்கள் கடமையாக இஸ்லாமியர்கள் வைத்துள்ளனர்.

இது இஸ்லாமிய மதம் தோன்றும் முன்பு அரேபியர்களின் புனித நகரமாகவே இருந்து வந்துள்ளது என்பது பலருக்குத் தெரிய வாய்ப்பில்லை. மெக்காவின் ‘கஃபா’ இன்று போல் அன்றும் புனிதமாகவே கருதப்பட்டது. கடவுள்களின் வசிப்பிடமாகக் கருதி வணங்கப்பட்டது.

ஆனால், இன்றைய சூழலுக்கும் அன்றைய சூழலுக்குமான பெரிய வித்தியாசம் எதுவெனில், அங்கு வழிபாடு செய்யப்பட்ட கடவுள்களே. அரேபியர்களின் புனித நகரமாக ‘கஃபா’ இருந்தபோது, அந்நகரத்தில் பல்வேறு தெய்வங்களுக்கான கோவில்கள் இருந்துள்ளன. இந்த சதுர வடிவக் கட்டடம் பல தெய்வங்களின் சிலைகளைக் கொண்டிருந்தது, இவற்றில் முக்கியமானவர்களாக விளங்கியவர்கள் அல் லாத், அல் உஜ்ஜா, மற்றும் அல் மனாத் ஆகிய கடவுள்கள்.

அல் லாத் கடவுள் பூமியின் தெய்வமாகவும், வளங்கள், செல்வங்கள் தொடர்பான கடவுளாகவும் வழிபடப்பட்டார்.

அல் -உஜ்ஜா கடவுள் வீரம் மற்றும் பாதுகாப்புடன் தொடர்புடைய கடவுள். அல் மனாத் கடவுள் விதியின் கடவுளாக வழிபடப்பட்டார். இந்த மூவரும் முப்பெரும் தேவிகள் என்பது போல, பெண் கடவுள்கள் என்பது குறிப்பிடத்தக்கது. இந்த மூன்று பெண் தெய்வங்களே அன்றைய அரேபியர்களின் தெய்வங்கள்.

சவுதி அரேபியாவின் எல்லைகளைத் தாண்டி உள்ள இன்றைய ஜோர்டான் நாட்டில், 'பெட்ரா' என்ற நகரம் உள்ளது. சிவப்பு நிறப் பாறைகளில் செதுக்கப்பட்ட கோவில்கள் மற்றும் பலிபீடங்கள் நிறைந்த அற்புதமான நகரம் இது. அங்கு 'நபோதியன்' தெய்வங்களான 'துஷாரா' மற்றும் 'அல்- உஜ்ஜா' ஆகியோர் வழிபாட்டுக் கடவுள்கள்.

தற்போதைய சிரியா நாட்டில் 'பால்மிரா' எனும் நகரம் இருக்கிறது. இந்த பாலைவன நகரம் பெல் மற்றும் பால்ஷமின் போன்ற வான் மற்றும் வளமை தொடர்பான தெய்வங்களுக்கான பிரம்மாண்ட கோவில்களுக்குப் பெயர் பெற்றது.

சமூகச் சூழலைப் பொறுத்த மட்டில், சமூக நீதியின்றி, முறையற்ற சட்டம் ஒழுங்கு, குழப்பம் நிறைந்த வாழ்க்கை முறையே அன்றைய அரேபியா. அங்கு வாழ்ந்த பல்வேறு சிறு குடிகளிடையே நடந்த போர்கள், ஒருவரையொருவர் பழிவாங்குதல் உள்ளிட்ட தொடர் நிகழ்வுகளைக் கொண்ட சமூகமாகவே அன்றைய அரேபியா இருந்துள்ளதை வரலாறுகள் உரைக்கின்றன.

கிறிஸ்துவுக்குப் பின், 570 ஆம் ஆண்டில், மெக்கா என்ற ஊரில் முகமது நபி பிறந்தார். முகமது நபி மிகவும் நற்சிந்தனையாளராக விளங்கினார். அவர் மெக்காவின் வணிகர்கள் மற்றும் அதிகாரிகளின் சமூக அநீதிகளை விமர்சித்து வந்தார்.

கி.பி. 610ல், தன்னுடைய 40 வயதில், முகமது நபியானவர், தியானம் செய்வதற்காக 'ஹிரா'குகைக்கு சென்றார். அந்த நேரத்தில் 'கப்ரியேல்' என்ற தூதர் அவரிடம் வந்து, அல்லாவின் செய்திகளை அவருக்கு வழங்க ஆரம்பித்தார்.

இந்த செய்திகள்தான் ‘குர்ஆன்’ என்ற புனித நூலாக மாறியது.

அடுத்த 23 ஆண்டுகள், வெவ்வேறு தருணங்களில், முகமது நபிக்கு ‘குர்ஆன்’ வசனங்கள் வெளிப்படுத்தப்பட்டன. அந்த வசனங்கள் இறை நம்பிக்கை குறித்து மட்டுமின்றி, சமூக வாழ்வியலுக்குரிய சட்டங்களாகவும் இருந்தன. முகமது நபியின் மறைவுக்குப் பின்னர், அவரது சகாக்கள் ‘குர்ஆன்’ வசனங்களை ஒரு நூலாகத் தொகுத்து வெளியிட்டனர். இந்த தொகுப்பு நூல், அல்லாஹ்வின் இறுதி மற்றும் முழுமையான வெளிப்பாடு என இஸ்லாமியர்களால் கருதப்படுகிறது, அந்த நூலே இஸ்லாமியர்களின் ஆன்மிக நம்பிக்கை மட்டுமின்றி சமூக, சட்ட நூலாகவும் கருதப்படுகிறது.

9. தொன்மைக் கதைகள் ஏன்?

'இந்திய அரசியல் சாசனத்தின் முகவுரை குறித்த இந்தப் புத்தகத்தில் பண்டையக் கதைகள் ஏன்?' என்ற கேள்வி உங்களுக்கு எழலாம். நமது சிந்தனைகளுக்கும், நம்பிக்கைகளுக்கும் சமூகக் கட்டுமானங்களுக்கும் அடிப்படையாக இருப்பது இப்படியான கதைகளே. இந்த புத்தக வாசிப்பு பயணத்தில் நாம் பேசப் போகும் செய்திகள், வரலாற்றுக் குறிப்புகள் போன்றவற்றை இன்னும் நெருக்கமாகப் புரிந்துகொள்ள இக்கதைகள் நிச்சயமாக உதவும்.

சட்டங்கள் தங்களுக்கு எப்படி வழங்கப்பட்டது என்பதைச் சொல்லும் பல கதைகள் உலகின் ஒவ்வொரு நாட்டிலும் உண்டு. அவற்றில் சில கதைகளைத்தான் இதுவரை வாசித்தீர்கள். இந்தக் கதைகளில் சில கேள்விப்பட்டதாக இருந்திருக்கக்கூடும், புதியதாகவும் இருந்திருக்கக் கூடும். உங்களுக்குத் தெரிந்த வேறு கதைகளை நினைவுபடுத்தியிருக்கவும் கூடும்.

'உண்மையிலேயே ஆஸ்திரேலிய பூர்வக் குடிகளுக்கு வானவில் பாம்புதான் சட்டங்களைத் தந்ததா' என்பது இங்கு முக்கியமில்லை, அதன் நம்பகத்தன்மையைத் தாண்டி அதன் வீச்சு இருந்துள்ளது என்பதுதான் உண்மை. அந்தக் கதை மூலம் உருவான சட்டங்கள் மக்களை இணைத்ததா என்றால், ஆம், இன்றும் இந்தக் கதை ஆஸ்திரேலிய பழங்குடிகளை வேற்றுமை மறந்து இணைக்கவே செய்கின்றது.

வானவில் பாம்பு தந்த சட்டமும் முறைகளும் தங்களை சிறப்பாக வாழ வைக்கும் என்கிற நம்பிக்கை அவர்களிடம் இப்போதும் உள்ளது. நம்பிக்கையும், ஆறுதலும் தரக்கூடிய மனிதர்கள் அரிதாகிவிட்ட இந்த உலகில், அவற்றை விதைக்கும் கதை உண்மையாக இருந்தால் என்ன, புராணமாக இருந்தால் என்ன? ஆனால், இக்கதைகள் அனைத்திலும் உள்ள பொது அம்சம் ஒன்றை நாம் கவனித்தே ஆகவேண்டும்.

மாலி நாட்டிற்கு சட்டம் தந்தவன் மாபெரும் வீரனான மாலி, பெரும் சாம்ராஜயத்தை உருவாக்கியவன். சுமேரிய மக்களுக்குச் சட்டம் அளித்த ஹமுராபி, தன்னை அனைத்து சுமேரிய கடவுள்களும் தேர்ந்தெடுத்து அனுப்பினார்கள் என்கிறான். மநுவும், பிருகு முனிவரும் எல்லாம் தெரிந்தவர்கள், சலனமில்லாத சிந்தனைக்குச் சொந்தக்காரர்கள் என்றார்கள். மோசேவும், நபிகள் நாயகமும் தங்களைக் கடவுள் தேர்ந்தெடுத்து சட்டங்களையும் நெறிமுறைகளையும் கூறினார்கள் என்றார்கள்.

இப்படிச் சட்டங்களை அளிப்பவர்கள், மற்றவர்களைக் காட்டிலும் அசாதரணமானவர்களாக இருக்கிறார் என்பதையே நாம் இதுவரை வாசித்த அனைத்து கதைகளும் உரைக்கின்றன. அதுவே பொதுவான கூறாகவும் உள்ளது. ஏன் அப்படியானச் சித்தரிப்பு?

ஏனென்றால், சட்டங்கள் தருகின்ற தனி மனிதரையோ, மனிதர்களையோ, மகாவீரர்களாகவும், கடவுள்களால் தேர்ந்தெடுக்கப்பட்டவர்களாகவும் சித்தரிப்பதன் மூலம், இவர்கள் வழங்கும் சட்டங்களுக்குத் தெய்வங்களின் ஆசீர்வாதமும், ஒப்புதலும் உள்ளது என்றும், இதனால் இந்தச் சட்டங்கள் புனிதத் தன்மை கொண்டிருக்கின்றன என்ற சித்தரிப்பும், இக்கதைகளுக்குள் ஒளிந்திருப்பதைக் கண்டுபிடித்தீர்களா?

அடுத்து, இக்கதைகளைக் குறித்து மற்றுமொரு முக்கியமான நுணுக்கமான புரிதலை உங்களுக்கு சொல்ல இதுதான் சரியான வேளையாகப்படுகிறது. அதற்கு முன் 'அரசியல் சாசனம்' என்றால் என்னவென்று நமக்குத் தெரிந்ததை சிறிது நினைவுப்படுத்திக் கொள்வோம்.

மக்களாட்சி முறைகளில் அரசியல் சாசனம்தான் தேசத்தின் மிக உயர்ந்த சட்டம். இந்த அரசியலமைப்பின் வழியில்தான் அந்த தேசங்களில் அனைத்து அலுவல்களும் நடந்தாக வேண்டும். வளங்கள் பகிர்வு, திருமண முறைகள், குற்றங்களுக்கான தண்டனைகள் என, அனைத்தும் அடங்கிய சாசனமே இந்த அரசியல் சாசனம்.

பெரும்பாலும் அரசியல் சாசனங்கள் பல பக்கங்களைக் கொண்டதாகவே இருக்கும். மேலும், சட்டத்தின் நுண்ணிய மொழிகளில் எழுதப்பட்டிருக்கும். சாமானியர்களால் எளிதில் அனைத்தையும் வாசித்துப் புரிந்து கொள்வது கடினம். இந்தக் கடினத்தைப் போக்கவே, அரசியல் சாசனத்தின் ஆன்மாவாக, அதன் திறவுகோலாக, அரசியலமைப்பின் துவக்கத்தில் 'முகப்புரை' என்கிற அறிமுக உரை ஒன்றை எழுதி வைக்கும் முறை இருந்திருக்கிறது. அதை அரசியல் சாசனத்தோடு இணைத்து வைக்கும் மரபு இன்றும் உள்ளது.

இதனால்தான், அரசியல் சாசனத்தின் ஆன்மாவாக, அதன் திறவுகோலாக அரசியல் சாசன முகவுரைகளைக் கருதுகிறார்கள்.

அரசியல் சாசனத்தின் முகவுரையை குறித்த செய்தியோடு நீங்கள் வாசித்த பண்டைய சட்டங்களை அறிமுகம் செய்யும் கதைகளை ஒப்பிட்டுப் பாருங்கள். உங்களுக்கு அந்தக் கதைகள் அனைத்தும் சட்டங்களை மக்களுக்கு அறிமுகப்படுத்தும் முகவுரைகளுக்கு *(PREAMBLE)* இணையானதாகவே தோன்றும்.

அன்றைய சட்ட முறைகளை, கதைகளே அறிமுகப்படுத்துகின்றன. அக்கதைகளே, இந்தச் சட்டங்களை உருவாக்கியவர்கள் மாமன்னர்கள் என்றும், மகாசக்தி படைத்தவர்கள் என்றும், இறைதூதர்கள் மற்றும் கடவுளர்கள் என்றும் கூறுகின்றன.

அனைத்து நாடுகளின் சட்டங்களுக்கான முகவுரைகள் யாவும், கிட்டத்தட்ட மேலே கண்ட கதைகள் போலத்தான் உள்ளன. அதாவது, மக்களாட்சியின் முதுகெலும்பான அரசியல் சாசனத்தின் முகவுரை திடீரெனத் தோன்றவில்லை. அதற்கு முன்பே இப்படியான வழக்கம் இருந்துள்ளது. அது படிப்படியாக

சூழலுக்கு ஏற்ப, மனிதர்களுக்கு ஏற்ப பரிணமித்து, இன்று அரசியல் சாசன முகப்பு உரையாக மலர்ந்திருக்கிறது என்பதை உங்களிடம் கூறி, நமது உரையாடலைத் துவக்கவே இக்கதைகள்.

நமதுப் பயணத்தின் அடுத்த கட்டமாக 'சட்டங்கள் ஏன் நமக்குத் தேவை' என்பதையும் கடந்த காலத்தை துழாவி அதற்குள் தேடிப் பார்ப்போம்.

புதிய பாதை

1. 4000 ஆண்டுகளுக்கு முன் எழுதப்பட்ட உலகின் மிக நீண்ட ஊழல் பட்டியல்

'சுமேரிய நாகரீகம்' உலகிலே மிகப் பழமையான நாகரிகங்களில் ஒன்று. களிமண்ணைச் சுட்டு செங்கல் செய்யும் தொழில் நுட்பம் இவர்கள் கண்டுபிடித்ததுதான். உலகில் முதல் கோயில், இவர்கள் கட்டியதுதான். சுமேரியர்களின் மொழியே உலகின் மிகப் பழமையானது. பல விவரங்களை களிமண்ணில் எழுதி, அதை தீயில் சுட்டு, ஆவணமாகப் பாதுகாத்து வந்திருக்கிறார்கள். இப்படியான எழுத்துக்கள் கொண்ட களிமண் ஓடுகளுக்கு '*Cuneiform*' எழுத்துகள் எனப் பெயர்.

பண்டைய சுமேரிய நாகரிக காலத்தில் கெர்சா என அழைக்கப்பட்டு இன்று '*Telloh*' எனக் கூறப்படும் நகரத்தில் அகழ்வாராய்ச்சி செய்யும்பொழுது, இரண்டு களிமண்ணால் ஆன கூம்பு வடிவ பொருட்களைக் கண்டெடுத்தார்கள். அந்தக் கூம்பு வடிவ பொருளின் மேல் பகுதி முழுவதும் பல்வேறு எழுத்துக்கள் பொறிக்கப்பட்டு இருந்தன. அதை ஆய்வுக்கு உட்படுத்தியபோது, கி.மு. 2350 ஆண்டுகளுக்கு முந்தையது எனக் கணக்கிட்டார்கள்.

அதாவது, கிட்டத்தட்ட இன்றிலிருந்து 4573 ஆண்டுகள் முன்பு எழுதப்பட்ட எழுத்துக்கள். அந்த மொழி இன்று பேச்சு வழக்கில் இல்லை. ஆனால், மொழியியல் அறிஞர்கள் பலரின் துணை

கொண்டு அந்த மொழியை மொழிபெயர்த்தார்கள். அதில் எழுதப்பட்ட எழுத்துகளை வாசித்தபொழுது, அதன் பொருள் அனைவருக்கும் வியப்பைத் தந்தது. இதுவரை எந்த அரசனும் எழுதாத வகையில் இருந்தன அவை.

ஓர் அரசன், அவன் அரசாட்சிக்கு வரும் முன், நாட்டில் நிலவிய சமூகச் சூழலில், அதிகாரம் மிக்க மனிதர்கள் தங்கள் அதிகாரத்தைத் தவறாகப் பயன்படுத்தி மக்களை எப்படிச் சுரண்டினார்கள் என்பதை அதில் வெளிப்படுத்தியிருந்தான். அந்த அரசனின் பெயர் 'உருகாகினா.'

'உருகாகினா' என்ற அந்த அரசனின் கல்வெட்டு குறிப்புகள் என்ன சொல்கிறது?

"இந்தப் பூமியில் முதல் விதை தோன்றியதிலிருந்து, படகுகளின் மேற்பார்வையாளர் மற்றவர்களிடமிருந்த படகுகளைக் கைப்பற்றி தனக்கு வைத்துக் கொண்டார்.

மாடு மேய்ப்பர்களின் மேற்பார்வையாளர், தனக்கு தேவையான கழுதைகளையும் மாடுகளையும், மற்றவர்களிடமிருந்து பிடுங்கிக் கொள்கிறார்.

தலைமை ஆடு மேய்ப்பவர், தனக்காக மற்றவர்களிடமிருந்து ஆடுகளை பறிமுதல் செய்தார். மீன்வள ஆய்வாளர் மீன் கடைகளைப் பறிமுதல் செய்தார்."

இப்படி, தான் ஆட்சிக்கு வரும்முன் ஆண்ட முந்தைய அரசனின் ஆட்சிக் காலத்தில் இருந்த அரசு அதிகாரிகள், தங்கள் அதிகாரத்தை துஷ்பிரயோகம் செய்து, எளிய மனிதர்களின் உடமைகளைப் பறித்திருக்கிறார்கள் என எழுதி வைத்திருக்கிறார் சுமேரிய அரசன் உருகாகினா.

இதைத் தொடர்ந்து அந்தக் காலங்களில் கோவில்களில் நடந்த ஊழல்கள் பற்றியும் உருகாகினா பட்டியலிடுகிறார். சிவாஜி கணேசனின் முதல் படமான 'பராசக்தி' படத்தில், கலைஞரின் வசனத்தில் பொறி பறக்க வரும் சொற்கள் போல உள்ளன உருகாகினாவின் எழுத்துகள்.

“பேராசை பூசாரிகளோ வரியாக அதிகப்படியான தானியங்களை தங்களுக்கு அளந்து கொண்டார்கள். செம்மறி ஆடுகளுக்குப் பதிலாக வெள்ளி கொடுக்கச் சொன்னார்கள். கோவில் நிர்வாகத்தில் உள்ள அதிகாரிகளோ, பாடகர்கள், சர்வேயர், ஒப்பாரி பாடகர், பணிப்பெண், மதுபானம் தயாரிப்பவர், பொதுமக்களிடம் கோவில் காணிக்கைக்காக இளம் ஆட்டுக்குட்டி, வெள்ளி அல்லது அதற்கு இணையானதை வாங்காமல் குறைந்த மதிப்புள்ள பொருளை வாங்கிக் காரியத்தை முடித்துக் கொண்டார்கள். ஆட்சியாளர்கள் தங்களின் வயலை உழுவதற்கு கோவில் எருதுகளைப் பயன்படுத்திக் கொண்டார்கள்” எனக் கூறியிருக்கிறார் உருகாகினா.

இது மட்டுமல்ல, தனக்கு முன் ஆண்ட அரசன் மற்றும் அவனது குடும்பத்தினர் மீது குற்றங்களை வைக்கிறான் உருகாகினா.

“நாட்டை ஆளும் அரசன், சிறந்த நிலத்தை தனதாக்கி அதில் வெங்காயம் மற்றும் வெள்ளரிக்காய் பயிரிட்டான். கோவில் கழுதைகள் மற்றும் எருதுகளை கோவில் நிர்வாகிகள் தங்களுக்குப் பயன்படுத்திக் கொண்டார்கள். கோவிலுக்கு வரும் பார்லி தானியங்களை தனக்கு எடுத்துக் கொண்டார்கள். ஏழைகளின் பழ மரங்களை விறகுக்காக வெட்டிக் கொண்டார்கள்” எனக் கூறும் உருகாகினா, இந்த நிலையை தன் அரசாட்சி மூலம் எப்படி மாற்றினேன் எனவும் பட்டியலிட்டிருக்கிறான். மக்களுக்காக சமூக நலத் திட்டங்களை உருவாக்கியதாகவும் எழுதி வைத்திருக்கிறான் உருகாகினா எனும் சுமேரிய அரசன்.

4000 ஆண்டுகளுக்கு முன், மற்றொரு நாட்டின் மீது போர் தொடுத்து, நகரங்களைச் சூறையாடுவது போன்ற செயல்களைச் செய்கிறவன்தானே அரசனாக இருந்திருக்க முடியும்? ஆனால், உருகாகினாவோ ஊழல் சுரண்டல்களைப் பட்டியலிட்டிருக்கிறான் என்பதை வாசிக்கும் பொழுது ஆச்சரியமாகத்தான் உள்ளது.

இப்படியான புரட்சிமிகு பேரரசன் இறுதியில் அண்டை நாட்டு அரசனால் துவம்சம் செய்யப்பட்டு ஆட்சி அதிகாரத்தை

இழந்தான் என்பதும் வரலாறு. இதுவும் அப்பவே நடந்திருக்கிறது!

பொது சமூகத்தில், மனிதர்களிடையே இன்றும் ஏற்றத்தாழ்வுகள் இருப்பதைப் போல, 4000 ஆண்டுகளுக்கு முன்பும் இருந்துள்ளது என்பதை உருகாகினாவின் எழுத்துக்கள் நமக்குச் சொல்கின்றன.

அந்தக் காலத்திலும், ஆட்சி அதிகாரத்தில் உள்ளவர்கள், தங்கள் அதிகாரங்களைப் பயன்படுத்தி வறியவர்களையும், எளியவர்களையும் சுரண்டி, சமூகத்தில் ஏற்றத்தாழ்வை உருவாக்கியுள்ளார்கள் என இதிலிருந்து தெரிகின்றதுதானே? “சமூக ஏற்றத்தாழ்வுகள் என்பது சுயநலம் கொண்ட சில நபர்களால் அல்லது குழுவினரால் திட்டமிட்டு உருவாக்கப்பட்டது” என்கிறார்கள் அறிஞர்கள்.

இதை மட்டுமா உருகாகினாவின் எழுத்துக்கள் நமக்கு புலப்படுத்துகின்றன? எந்த அளவுக்கு சமூகத்தில் ஏற்றத்தாழ்வுகள் இருந்ததோ, அந்த ஏற்றத் தாழ்விற்கு எதிராகவும், அதை கட்டுக்குள் வைப்பதற்காகவும் காலம்தோறும் பல வகைகளில், வடிவங்களில் மனித சமூகம் தொடர் முயற்சிகள் செய்து வந்துள்ளது எனவும் சொல்கிறதல்லவா?

இரக்கம், நீதி, தர்மம், அறம், நியாயம் போன்றவற்றை வலியுறுத்தும்படியான பல நீதி நூல்கள் இயற்றப்பட்டதும் மனித சமூக ஏற்றத்தாழ்வை சரி செய்யும் முயற்சியே. அனைத்து மதங்களும் இதுகுறித்துப் பல கருத்துக்களை, கதைகளை, செயல்முறைகளாக மக்களுக்குக் கடத்தியது ஏற்றத்தாழ்வை போக்கும் பொருட்டே.

பண்டைய நாகரீகமான எகிப்திய நாகரீகக் காலத்து மதமான ‘மாட்’ எனும் மதம் துவங்கி, இன்று மக்கள் பின்பற்றும் அனைத்து மதங்களும், ‘வறியவர்களுக்கு இரங்க வேண்டும்’, ‘உதவி செய்ய வேண்டும்’, ‘அனைவரையும் சகோதரர்களாக கருத வேண்டும்’ என்பதையே படிப்பினையாக வைக்கின்றன.

இந்தியாவின் மௌரியப் பேரரசரான அசோகர், அகிம்சை, இரக்கம் மற்றும் அனைத்து உயிரினங்களுக்கிடையில் சமத்துவம் ஆகியவற்றை ஊக்குவித்தார் என வாசிக்கிறோமே!

சீனாவில், 'கன்பூசியஸ்' கோட்பாடுகள் சமூக நல்லிணக்கத்தையும் சமூகத்தின் அனைத்து உறுப்பினர்களுக்குமான மரியாதையை வலியுறுத்தியது எனக் கூறுகிறார்களே!

தமிழ் தொல் இலக்கியம் முதல், இன்றைய காலம் வரை, ஏற்றத்தாழ்வுக்கு எதிராகப் போராடும் குரல் மனிதர்களின் கலை படைப்புகளில் ஒலித்துக் கொண்டே இருக்கிறதே! நமது ஊரில் அனைத்துக் கிராமத்துத் தெய்வங்களும் அநீதிக்கு எதிராக போராடியவர்களாகவே இருக்கிறார்கள்தானே! ஏற்றத்தாழ்வுக்கு எதிராக போராடியவர்களை மறக்காமல், நினைவுகளாக சுமந்து கொண்டுதான் வாழ்கிறோம் நாம்!

2. ஏதென்ஸ் நாட்டில் ஒரு கவிஞன்

தனக்கிடையே நிலவும் ஏற்றத்தாழ்வைப் போக்க, எப்படியான முயற்சிகளை மனித சமூகம் செயல்படுத்தியது என்பது மிக நீண்ட வரலாறு. அதைக் குறித்துப் பேச ஆரம்பித்தால் ஒரு புத்தகம் அளவிற்கு விரிந்துவிடும். எனவே, ஒரு பானை சோற்றிற்கு ஒரு சோறு பதம் என்பதைப் போல, கி.மு. 600 ஆம் ஆண்டில் ஏதென்ஸ் நகரத்தில் ஏதென்ஸ் நகர மக்கள் செய்த ஒரு முயற்சியைக் குறித்துப் பார்ப்போம்.

கி.மு. 600ல், ஏதென்ஸ் ஒரு சிறிய நகரம். அதைச் சுற்றி மலைகளும், வேளாண் நிலங்களும் உள்ள கிராமங்கள் மட்டுமே இருந்தன. பெரிய கப்பல்கள், விரிவான வெளிநாட்டு வர்த்தகம், பெரும் படைகள் இல்லாத காலம், சாக்ரடீஸ், அரிஸ்டாட்டில் உள்ளிட்ட தத்துவ மேதைகளும், அலெக்சாண்டர் என்ற மாவீரனும் தோன்றுவதற்கு முந்தைய காலம்.

அப்போது, ஏதென்ஸ் நகரத்தின் பொருளாதாரம் வேளாண்மை பண்ணைகளை மட்டுமே சார்ந்திருந்தது. அந்தக் காலத்தில் உலகின் பல நாடுகளைப் போல பெரும் பணக்காரர்களும் நிலப் பிரபுக்களுமே ஏதென்ஸை ஆட்சி செய்தார்கள். ஏறக்குறைய அனைத்து அரசாங்க முடிவுகளும் செயல்பாடுகளும் 'அர்கான்கள்' *(Archons)* எனப்படும் தலைவர்கள் கைகளில் இருந்தன. செல்வந்த நிலக்கிழார்களின் குடும்பங்களைச் சேர்ந்த

பிரபுக்களின் கூட்டம் ஒவ்வொரு ஆண்டும் 'அர்கான்கள்' எனும் தலைவர்களைத் தேர்ந்தெடுத்து ஆண்டு வந்தார்கள்.

பணக்காரர்கள் சிலரின் கைகளில் மட்டுமே ஆட்சியும் அதிகாரமும் இருந்ததென்றால் என்ன நடக்கும்? வரலாற்றில் நாம் மீண்டும் மீண்டும் வாசிக்கும் அதே சூழல் ஏதென்ஸ் நகரித்திலும் உருவானது. பணக்காரர்களுக்கும் ஏழைகளுக்கும் இடையிலான வெறுப்பு, உள்நாட்டுப் போர், வறுமை! மேலும், நிலக்கிழார்கள் தங்களுக்குள் பிரிவுகளை உருவாக்கி, அதிகாரச் சண்டை போட்டுக் கொண்டார்கள். அதிகாரத்தில் உள்ளவர்கள் சாதாரண மக்கள், ஏழை விவசாயிகள், தொழிலாளர்கள், கைவினைஞர்கள் மற்றும் வளர்ந்து வரும் வணிகர்களுக்கு எதிராக நீதிமன்றங்களைப் பயன்படுத்தி, அவர்களின் சொத்துக்களைத் தனதாக்கிக் கொண்டார்கள். கடனை திருப்பித்தர இயலாத வேளாண் குடிகளை அடிமைகளாக்கிக் கொண்டார்கள்.

இந்தச் சூழலைப் போக்கக் கடுமையானச் சட்டங்கள் தேவை என சிறு சிறு குற்றங்களுக்கு கூட கொடும் தண்டனைகளை தரக்கூடிய சட்டங்களை உருவாக்கி வைத்துக் கொண்டனர். அந்தச் சட்டங்களுக்கு இன்று 'டிராகோனியன் சட்டங்கள்' எனப் பெயர்.

அச்சட்டங்கள் மூலம் ஏதென்ஸ் நகரத்தின் ஏற்றத்தாழ்வைப் போக்கி, அமைதியும் வளங்களோடும் வாழந்துவிட முயற்சி செய்து கொண்டிருந்தார்கள். என்றாலும், ஏதென்ஸ் நகரத்து சமூக நிலையில் மாற்றங்கள் எதுவும் நிகழவில்லை. ஏழை, - பணக்காரன் என்ற ஏற்றத்தாழ்வு, எளியவர், - வலியவர் என்ற பாகுபாட்டோடு, கொடுமையான சட்டங்களும் இணைந்து மக்களை வாட்டியது. இந்தச் சமூகச் சூழல்தான் அங்கு பெரும் போராட்டமாக மாற ஆரம்பித்தது. "சூழலை மாற்ற வேறு வழி இல்லையா" என முணுமுணுக்கத் துவங்கினார்கள் ஏதென்ஸ் மக்கள். இந்தச் சூழ்நிலையில், அனைவருக்கும் நீதி வழங்க ஏதெனியர்களால் நம்பப்பட்டவர்தான் 'சோலன்' எனும் கவிஞர்.

பெரும் பணக்கார குடும்பத்தில் பிறந்த சோலன், சொத்துக்களை இழந்து, வணிகராக மாறியவர். நல்ல கவிஞர். உணர்ச்சிப் பொங்கச் செய்யும் பல கவிதைகளை எழுதி, ஏதென்ஸ் நகர மக்களைக் கவர்ந்தவர். அவரின் கவிதைகளில் இருந்த சமூக நீதி மக்களைக் ஈர்த்தது. எனவே, கொடுமையான சட்டங்களை மாற்றும் பொறுப்பை சோலனிடம் ஒப்படைத்தனர் ஏதென்ஸ் மக்கள்.

ஆனால், சூழலைப் புரிந்துகொண்ட சோலன், 'ஒரு கடவுள், ஒரு ராஜா, ஒரு கொடுங்கோலன், ஒரு வர்க்கம் அல்லது தனி நபர் ஏன் சோலோன் எனும் என்னால் கூட ஏதென்ஸைக் காப்பாற்ற முடியும்' என்ற கருத்தை அவர் முற்றுமாக நிராகரித்தார். மாறாக, 'ஏதன்ஸ் நகரம் வளம்பெற, அனைத்து தரப்பு மக்களின் வாழ்வை மாற்ற வேண்டும். இது அனைத்து குடிமக்களுக்குமான பொறுப்பு' என்று அவர் நம்பினார். அவரின் இந்த நம்பிக்கை எனும் அடித்தளத்திலிருந்து எழுந்த சிந்தனைகள், ஏதென்ஸை மட்டுமல்ல உலக அரசியல் அதிகார செயல்பாடுகளையும் புரட்டிப்போட்டது என்பதுதான் வரலாறு.

ஏழைகளுக்குக் கடன் நிவாரணம் அளிக்கச் சட்டம் இயற்றிய சோலன் அனைத்துக் கடன்களையும் ரத்து செய்தார். 'கடவுள் கொடுப்பதைக் கொண்டு தனது தேவைகளைப் பூர்த்தி செய்கிற ஏழை, தன் பேராசைக்காக செல்வத்தைச் சேர்க்கிற பணக்காரனை விடவும் பெரும் பணக்காரன்' என கவிதை வரிகளில் முழங்கினார்.

சிக்கலான சமூகச் சூழலைத் தீர்க்க சில வழிமுறைகளும், சீர்திருத்தங்களும் அவசியம் எனக் கூறினான் அந்தக் கவிஞன். அவன் கூறிய சீர்திருத்தங்கள், அடுத்தடுத்த நூற்றாண்டுகளில் உலகம் மெச்சும் பல முன்னோடிகளை உருவாக்கும் தேசமாகவும், உலகையே ஆளும் தேசமாகவும், அறிவியல், தத்துவம், கலை என, பல துறைகளில் உன்னதங்களை உருவாக்கிய ஆளுமைகள் உருவாகிய தேசமாகவும் ஏதென்ஸ் மாற அடித்தளம் அமைத்தது.

"இனி நாட்டை ஆள்வதற்குப் பணக்காரர்கள் மட்டுமின்றி ஏதென்ஸ் நகர குடியுரிமை கொண்ட அனைவருக்கும் உரிமை

உண்டு” என புதிய முறையை அறிமுகப்படுத்தினார் சோலன். சிக்கலான சூழலுக்குத் தீர்வு காண, வாக்குச் செலுத்தும் முறையைக் கொண்டு வந்து, அதை அனைத்துத் தரப்பு மக்களின் கடமையாக ஆக்கினார்.

இன்று உலகின் பல நாடுகளில், தங்களை ஆளுகிறவர்களை தாங்களே தேர்ந்தெடுக்கும் உரிமை மக்களிடம் உள்ளது. தங்களுக்கான சட்டங்களை மக்களே இயற்றிக் கொள்கின்ற முறையும் உள்ளன. அதற்குப் பெயர்தான் மக்களாட்சி. இந்த மக்களாட்சியின் துவக்க வடிவமாக, ஆதி முகவுரையாக அமைந்திருந்தது சோலனின் சீர்திருத்தங்கள்.

இந்தக் கவிஞனின் சட்டங்கள், அடுத்தடுத்த காலங்களில் ஏதென்ஸ் மக்களால் மெருகேற்றப்பட்டு, ஜனநாயகத் தன்மையை சமூகத்தில் தொடர்ந்து உருவாக்கியது. அதன் நீட்சியாகவே மக்களாட்சி என்பது, உலக மக்களின் விருப்பமான முறையாக இன்று வரை நீடித்துக் கொண்டிருக்கிறது. ஒரு கவிஞனின் சட்டங்கள் அவன் காலம் கடந்து இன்றும் பேசு பொருளாக இருந்து வருகிறது.

இப்படியாக, ஏதென்ஸ் நகர மக்களும் சோலன் எனும் கவிஞனும் விதைத்த சிறு விதையே, உலகெங்கும் ஒரு சிலரின் கைகளிலிருந்த அதிகாரங்களை நீக்கி, அதை பரவலாக்கி இருக்கிறது. அரசியல் அதிகாரங்கள் மட்டுமல்ல, கல்வி, வேலை வாய்ப்பு, மரியாதை, கலை, மொழி, மதம், கடவுள், சட்டங்கள் எனப் பலவற்றை சமூக பொதுவுடமைகளாக மாற்றவும் உதவியது.

மக்களாட்சி என்ற மகோன்னதத்துவத்தால் - அனைவருக்கும் ஓட்டுரிமை, அதிகாரத்தில் பங்கு போன்றவை ஏதென்ஸ் நகரத்தில் தொடர்ந்தாலும், அரசர்கள் தொடர்ந்தார்கள். அடிமைகள், பெண்களுக்கு ஓட்டுரிமை கிடையாது. துவக்க நிலை மட்டுமே மக்களாட்சி முறையாகவே இருந்து வந்தது. பலம் கொண்ட அரசர்கள் ஆட்சியில் அமர்ந்து, அவ்வப்பொழுது அந்த மக்களாட்சிக்கும் முற்றுப் புள்ளி வைத்துவிடுவார்கள். பின்னர் சிலர் இணைந்து, அந்த அரசனைத் தூக்கி மக்களாட்சியை கொண்டு வருவார்கள். இப்படி நிலையில்லாத, மக்கள்

அனைவரின் ஆதரவைப் பெறாத துவக்க நிலை மக்களாட்சியே அப்போது ஏதென்ஸ் தேசத்தில் இருந்து வந்தது.

மனித சமூகத்தில் ஏற்றத்தாழ்வு உருவான சுருக்கமான வரலாற்றை வாசித்துவிட்டோம். இனி, ஒரே தாண்டுதலில் 13ஆம் நூற்றாண்டு இங்கிலாந்துக்கு செல்வோம்.

3. ஓர் உடன்படிக்கை செய்த புரட்சி

'ஆளும் அரசனுக்கும், அரச குடும்பத்தாருக்கும் மட்டுமே வானளாவிய அதிகாரம்' எனும் சூழலை கட்டுக்குள் கொண்டுவர, இங்கிலாந்து நாட்டின் செல்வந்தர்கள், அந்நாட்டின் அரச குடும்பத்தோடு 13 ஆம் நூற்றாண்டில் ஏற்படுத்திக்கொண்ட ஒப்பந்தம் *'Magna Carta'* என்ற உடன்படிக்கை.

ஆளும் அரசன் நினைத்தால், தன் நாட்டின் நிலப்பரப்பையும், அங்கு வசிக்கும் மக்களையும் எதுவும் செய்ய முடியும். வரியாக மக்களிடமிருந்து பெறும் தொகையை, அவன் நினைத்தால் கூட்டவோ குறைக்கவோ செய்ய முடியும். மற்ற நாடுகள் மீது, எப்பொழுது வேண்டுமானாலும் போர் தொடுக்க முடியும்.

இப்படி வானளாவிய அதிகாரம் கொண்ட முடியாட்சி முறையில் இயங்கிக் கொண்டிருந்த 13ஆம் நூற்றாண்டு இங்கிலாந்தில், ஒரு வரலாற்று திருப்புமுனையாக அமைந்தது இந்த *'Magna Carta'* உடன்படிக்கை.

இங்கிலாந்தை ஆளும் அரசர்களின் செயல்பாடுகளில் கட்டுப்பாடுகள் கொண்டு வரவும், அவரது அதிகார எல்லையை தெளிவாக வரையறுக்கவும், 1217ஆம் ஆண்டு, அந்த நாட்டில் வசித்த பெரும் பணக்காரர்களும் சாமானிய மக்களும் இணைந்து அரசரோடு செய்துகொண்ட உடன்படிக்கைதான் அது.

அந்த உடன்படிக்கையில், அரசர் மற்றும் அரசின் அதிகாரங்கள்

மற்றும் அதிகார எல்லை தெளிவாக வகுக்கப்பட்டது. ஆளுகின்ற அரசரும் அவரின் அரசுக்கும் இருந்த வானளாவிய அதிகாரங்களை மாற்றி, விதிகளுக்குள் கொண்டு வந்தது இந்த '*Magna Carta*' உடன்படிக்கை.

இப்படி அரசரின் அதிகார எல்லையை வரையறுக்க உருவான இந்த முறையால் அவசியமற்ற போர்கள், அளவுக்கு மீறிய வரிகள், கண்முடித்தனமான தண்டனைகள் போன்றவை குறைந்தன. வணிகம், வர்த்தகம், தனி மனிதர்கள் குறிப்பாக செல்வந்தர்களால் தங்கள் வாழ்க்கையைப் பயமின்றி உயர்த்திக் கொள்ள முடிந்தது. எனவே இந்த முறையை மற்ற ஐரோப்பிய முடியாட்சிகளிலும் நடைமுறைப்படுத்தினார்கள். இப்படியான முடியாட்சி முறையை '*Constitutional Monarchy*' என அழைத்தார்கள். ஆளுகின்ற அரசரும் அவருக்குப் பின் அவரது குடும்பத்தாரும் அரசராகவே இருக்கலாம், ஆனால், அவர்களும் பின்பற்றியே ஆக வேண்டிய 'அரசியல் சாசனம்' ஒன்று உண்டு. அதை மீறும் அதிகாரம் அரசர் உட்பட யாருக்குமில்லை.

இங்கிலாந்து நாட்டில் தோன்றிய இந்த '*Constitutional Monarchy*' முறையின் புதிய மற்றும் பிரமாண்ட வடிவம், அமெரிக்காவில் 18ஆம் நூற்றாண்டில் புதிய கோணத்தில் பரிணமித்தது.

அதாவது, 18ஆம் நூற்றாண்டு வரை, அமெரிக்காவின் நிலப்பரப்பு, அதன் பூர்வீகக் குடிகளால் மட்டுமே அனுபவிக்கப்பட்டு வந்தது. இதை வன்முறையால் முடிவுக்கு கொண்டு வந்த ஐரோப்பியர்கள், அமெரிக்காவை தங்களின் குடியேற்ற பகுதிகளில் ஒன்றாகவும், அதைத் தொடர்ந்து, தங்களின் சொந்தமாகவும் ஆக்கிக் கொண்டார்கள். அதாவது, இங்கிலாந்து மற்றும் ஐரோப்பிய அரசாட்சிக்குக் கீழ் செயல்படும் காலனி நாடுகளில் ஒன்றாகவே அமெரிக்கா கருதப்பட்டது.

"எத்தனை ஆண்டுகளாக இப்படி ஐரோப்பிய நிலப்பரப்பில் இருந்துகொண்டு நம்மை ஆட்சி செய்வார்கள். இந்த அமெரிக்க நிலம் நாம் அடைந்த நிலம். இதை நாம் முழு அதிகாரம் கொண்டு நாமே ஆட்சி செய்வோம்" என, ஐரோப்பிய காலனி

ஆதிக்கத்தின் கீழ் இருந்து விடுதலை பெற, அமெரிக்க தோட்ட உரிமையாளர்கள், செல்வந்தர்கள், பிரபுக்கள் போராடத் துவங்கினார்கள்.

“இனி நம்மை நாமே ஆண்டு கொள்வோம். எந்த அரசருக்கு கீழும் நாங்கள் வாழோம். நமது உரிமைகள், அதிகாரங்களை நாமே உருவாக்கிக் கொள்வோம்” என்ற முழக்கத்தோடு, “இந்த தேசத்தை ஆளும் நபர், மக்களால் தேர்ந்தெடுக்கப்படும் நபராக இருக்க வேண்டும். தேசத்தை நிர்வகிக்கும் சட்டங்களையும் முறைகளையும், அரசியல் செயல்பாடுகளையும் எழுத்துகளாக எழுதி வைத்துக் கொள்வோம். எப்படி முடியாட்சி முறைக்குள் ‘அரசியலமைப்பு’ எனும் முறை செயல்படுகிறதோ, அதுபோல நாமும் செயல்பட முடியும்” என மக்களாட்சி முறையில் புதிய வழிமுறையை கொண்டு வந்தார்கள் அமெரிக்கர்கள்.

அமெரிக்காவில் உள்ள பல மாகாணங்கள் இணைந்து ஒரே நாடாக ஒரே அரசியல் அமைப்பின் கீழ் வாழ வழி வகுத்தது இந்த அரசியல் அமைப்பு முறை. இப்படித்தான் எங்கோ எப்போதோ தோன்றிய ஒரு சிறிய மாற்றம், காலப்போக்கில் முற்றிலும் புதிய மாற்றமாக வேறு எங்கேனும் பரிணமிக்கும். மாற்றங்கள் என்பது நாம் நினைப்பது போல திடீரென நடப்பதில்லை. அவை மெல்ல மெல்ல மாறி புதிய வடிவமாக உருமாறும்.

தங்களுக்கான அரசியல் சாசனத்தை உருவாக்க முயன்ற அமெரிக்கத் தலைவர்கள், அன்றைய முடியாட்சி காலத்தின் ‘அரசியல் சாசனம்’ முறையிலிருந்து, மக்களாட்சி முறையை வேறுபடுத்த விரும்பினார்கள். அன்றைய காலங்களில் பெரும்பாலான அரசியல் சாசனங்கள் கடவுள்களின் பெயரையோ, அரசர்களின் பெயரையோ அல்லது அவர்களின் வம்சத்தினரின் பெயர்களையோ குறிப்பிட்டுத்தான் துவங்கும்.

மன்னராட்சியில் மன்னர்களின் பெயர் அரசியல் சாசனத்தில் இடம் பெற்றது என்றால், மக்களாட்சி முறையை நடைமுறைப்படுத்தப்போகும் அமெரிக்கா தனது அரசியல் சாசனத்தின் துவக்க வரிகளை யாரின் பெயரைக் கூறி,

எப்படித் துவங்க வேண்டும் என்ற கேள்வி எழுந்தது. அந்தக் கேள்விக்கான பதிலாக 'மக்களாகிய நாம்'(*We The People*) எனும் சொற்றொடர் வந்து நின்றது.

"We the People of the United States, in Order to form a more perfect Union, establish Justice, insure domestic Tranquility" என்பதுதான் அமெரிக்க அரசியல் சாசனத்தின் முதல் வரி. இந்தச் சொற்றொடர் அமெரிக்க அரசியல் சாசன முகவுரையில் 1787ஆம் ஆண்டு இடம் பெற்று, 1788 ஆம் ஆண்டு செயல்பாட்டுக்கு வந்தது. பின்னர், உலக நாடுகள் பலவும் முடியாட்சி முறையை ஒழித்து மக்களாட்சி முறைக்கு மாறத் துவங்கின. அப்படி மாறும் பொழுது, அரசாங்க அதிகாரம் என்பது இனி மன்னரிடமோ, கடவுளிடமோ அல்லது ஏதாவது கூட்டமைப்பிடமோ இல்லை. அது மக்களிடம் இருக்கிறது என்ற அடிப்படையை உணர்த்துவதற்காக, அமெரிக்க அரசியல் சாசன முகவுரையில் கூறப்பட்ட 'மக்களாகிய நாம்'(*We The People*) என்ற பதத்தைப் பயன்படுத்த ஆரம்பித்தார்கள்.

அந்த வகையில், இந்தியா எனும் மக்களாட்சி நாடும் தன் தேச மக்களுக்கே முழு அதிகாரம் உள்ளது என்பதை ஒப்புக் கொள்ளும் வகையில் '*We The People of India*' என்றே முகவுரையின் தொடக்க வரியை எழுதினார்கள் நம் அரசியல் சாசனத்தை உருவாக்கிய மேதைகள். அரசாங்க அதிகாரம் மக்களிடம் உள்ளது என்பதைக் குறிக்க உருவாக்கப்பட்ட சொற்றொடர் தான் '*We The People.*'

சமூக ஏற்றத்தாழ்வையும், அதை நிவர்த்தி செய்ய எடுக்கப்பட்ட நடவடிக்கைகளையும், அதன் நீட்சியாக ஆட்சி அதிகாரங்களில் உள்ளவர்களின் அதிகாரத்தையும் மட்டுப்படுத்தவும் அந்த முறை 'மக்களாட்சி' எனும் புதிய முறை உருவாகியது. 'மக்களாட்சி' முறையின் முதுகெலும்பாக 'அரசியல் சாசனம்' இயற்றப்பட்டது. அந்த அரசியல் சாசனத்தின் முகவுரையில், அதன் ஆன்மாவை எழுதி வைக்கும் முறை உருவானது. இதுதான் இன்று

உலகிலிருக்கும் பல *'Preamble'* என்று அழைக்கப்படும் 'முகவுரை' ஆகும்.

இதுதான் நாம் கடந்து வந்த பாதை. அதாவது, மனிதர்களை இணைக்கும் நெடிய பயணத்தில் உருவான ஏற்றத்தாழ்வை மனிதர்களே களைய முற்பட்டதற்கான தொடர் முயற்சி. இந்த முயற்சியின் மிக சமீபத்திய அற்புதக் கனிதான் 'மக்களாட்சி.' அந்தக் கனிக்குள் இருக்கிற அங்கங்கள்தான் அரசியலமைப்புச் சாசனம். அதன் வரவேற்பு அறைதான் 'முகவுரை' எனும் அற்புதம்.

இணைந்து வாழ முடிகிற திறன்தான் மனித இனத்தின் மாபெரும் பலம். அதுவே சமூகத்தின் வேர். ஆனால், இணைந்து வாழும் பயணத்தில் சமூக ஏற்றத்தாழ்வுகளையும் உருவாக்கிவிடுகிறோம். இப்படி உருவான ஏற்றத்தாழ்வுகளைக் களைவதற்கான தொடர் முயற்சிகளையும் எடுத்து வந்துள்ளோம். ஏற்றத்தாழ்வுகளைக் குறைக்கச் செய்த தொடர் முயற்சியின் விளைவாக நமக்குக் கிடைத்த புதிய பாதையே மக்களாட்சி. அந்த மக்களாட்சி முறையின் அற்புதக் கனியே அரசியலமைப்பு சாசனம். அந்தக் கனியின் சுவையை உணரச் செய்வதே 'முகவுரை' ஆகும்.

இந்திய அரசியலமைப்பு அல்லது இந்திய அரசியல் சாசனத்தின் 'முகவுரை' குறித்த இந்தப் பயணத்தில், நானும் நீங்களும் சக பயணிகள்தான்.

இதுவரையில், சமத்துவமின்மையின் தோற்றத்தைக் குறித்துப் பேசினோம். அதை நீக்கவும், மட்டுப்படுத்தவும் மனிதர்கள் தொடர்ந்து போராடி வந்துள்ளார்கள் என்பதையும் பார்த்தோம்.

இந்த சமத்துவமின்மைக்கு எதிரான போராட்டம் ஒரு நாளும் முடியப்போவதில்லை, அது தொடர்ந்து கொண்டேதான் இருக்கும். இந்த உலகம் உள்ளவரை அந்தப் போராட்டம் இருக்கப் போகிறது. இந்தப் போராட்டத்தில் நமது பங்கு என்ன? ஏற்றத்தாழ்வை வளரவிட்டு அதற்குள் புதையப் போகிறோமா

அல்லது தொடர்ந்து வினையாற்றிக் கொண்டிருக்கப் போகிறோமா? ஒருவேளை, தொடர்ந்து செயலாற்ற வேண்டுமெனில் அந்த செயலாற்றத்திற்குத் தேவையான அறிவாயுத உணர்வுகளைத் தேடிக் கண்டுபிடிப்போம். அதன் முதல்படியாக இந்திய அரசியல் சாசன முகவுரைக்குள் பயணிப்போம்.

இந்திய அரசியல் சாசன முகவுரை

1. இந்திய அரசியல் சாசனம்: ஆங்கில முகவுரையும் அதன் தமிழாக்கமும்

We, The Pepole of India, having solemnly resolved to constitute India into a Sovereign Socialist Secular Democratic Republic and to secure to all its citizens:

Justice, social, economic and political:

Liberty of thought, expression, belief, faith and worship; Equality of status and of opportunity; and to promote among them all Fraternity assuring the dignity of the individual and the unity and integrity of the Nation:

In Our Constituent Assembly this twenty-sixth day of November, 1949, do Hereby Adopt, Enact and Give to Ourselves This Constitution.

நாம், இந்திய மக்கள் என்ற உறுதி கொண்டு, இந்தியாவை ஓர் இறையாண்மை, சமூகத்துவ, சமயச்சார்பற்ற, ஜனநாயக குடியரசாக கட்டமைத்திட, முறைப்படி தீர்மானித்து, இந்நாட்டின் எல்லா குடிமக்களுக்கும்...

சமூக, பொருளாதார மற்றும் அரசியல் நீதி, எண்ணம், கருத்து, பக்தி, நம்பிக்கை மற்றும் வழிபாடு தன்செயலுரிமை, படிநிலை, வாய்ப்பு சமத்துவம் ஆகியவற்றை உறுதிசெய்திட மற்றும் தனிநபர் கண்ணியத்தையும், தேசிய ஒற்றுமை மற்றும் ஒருமைப்பாட்டையும் உறுதிப்படுத்த, அனைவரிடத்திலும் உடன்பிறப்புணர்வை ஊக்குவித்திட, இந்த 1949, நவம்பர் 26 ஆம் நாள், நம்முடைய அரசியல் நிர்ணய சபையில் உருவாக்கப்பட்ட இந்த அரசியல் அமைப்பு முறைமையை, இதன்படி ஏற்று, நமக்கு நாமே சட்டமாக்கி நமக்குத் தருகிறோம்.

2. இந்திய அரசியல் சாசன முகவுரை: சிறு அறிமுகம்

ஒரு மனிதரை அறிமுகப்படுத்த வேண்டும் என்றால், அவரது குணநலன்களை அல்லது திறன்களைக் கூறி அறிமுகப்படுத்தலாம். ஒரு கருத்தை அறிமுகப்படுத்த வேண்டும் என்றால், அதன் பின்னணியையும் தற்போதைய பயனையும் விளக்கலாம். ஆனால், ஒரு தேசத்தின் அரசியலமைப்பு சாசனத்தின் முகவுரையை எப்படி அறிமுகப்படுத்த முடியும். அதுவும், 75 ஆண்டுகளுக்கு முன் உருவாக்கப்பட்ட முகவுரையை இன்று அறிமுகப்படுத்த வேண்டும்.

"இந்திய அரசியலமைப்பு சாசனத்தின் முகவுரை குறித்து உங்களுக்குத் தெரியுமா?" என, நமக்குத் தெரிந்தவர்கள், தேசியவாதிகள், நாட்டுப் பற்றாளர்கள் எனச் சொல்லி திரிகின்றவர்களிடம் கேட்டால் கூட, "தெரியாது" என்றே பதில் வரும்.

இப்படியான சூழலில் நமக்கு உதவ மக்கள் தலைவர்கள், மக்களாட்சி காவலர்கள், மாண்புமிகு நீதிபதிகள் உள்ளார்கள். இந்திய அரசியல் சாசனத்தின் முகவுரை குறித்து, அவர்கள் வெளிப்படுத்திய கருத்துகள் இப்போதும் எழுத்து வடிவில் உள்ளன. எனவே, அவர்கள் கூறிய கருத்துகளை உரிமையோடு பெற்று பயன்படுத்திக் கொள்ளலாம்.

மக்களின் உரிமைகள் மற்றும் உயர்ந்த மதிப்புகளைப் பற்றித் தெரிந்துகொள்ள, நாம் மேற்கொள்ளும் இந்தப் பயணத்தில், நம்மை வழிநடத்தும் ஒளியாக இருந்து, சமூக, பொருளாதார மற்றும் அரசியல் நீதி நோக்கி அழைத்துச் செல்லும் பாதைக்கான நுழைவு வாயிலாகத் திகழும் முகவுரைதான், நம் ஜனநாயகத்தின் அடித்தளம்.

நம் தேசத்தை உருவாக்க நாம் ஒவ்வொரும் உளமாற அளிக்கும் உறுதிமொழி. ஜனநாயகக் கொள்கைகளில் உள்ள நம்பிக்கையை என்றென்றும் நம்முள் பரவச் செய்யும் அணையா ஒளி. இந்த ஒளி தேசிய ஒற்றுமையின் வலிமையை உறுதி செய்யும். நம் அரசியலமைப்பின் ஆன்மாவாக இருந்து, குடிமக்களின் கனவுகள் மற்றும் ஆசைகளைச் சொல்லும் குறுங்கவிதை.

‘முகவுரை’ என்பது வெறும் வார்த்தையல்ல. இது நம் பாரம்பரியத்தின் ஒளிக் கேடயம். சுதந்திரமும் சமத்துவமும் நிறைந்த சமுதாயத்தை இலக்காகக் கொண்ட நம் பயணத்தில், அந்த இலக்கை, தொடர்ந்து நமக்கு நினைவுப்படுத்துக் கொண்டிருக்கும் நினைவூட்டல்.

‘முகவுரை’ என்பது, இந்திய அரசியலமைப்பின் இதயம். அரசியலமைப்பை நோக்கி வழிகாட்டும் துருவ நட்சத்திரம். ஒற்றுமை, அமைதி மற்றும் பரஸ்பர மரியாதையை அடிப்படையாகக் கொண்ட ஒரு தேசமாக மாற, நாம் அனைவரும் எடுத்து வைக்கும் முதல் படி.

இப்படியாக, இந்திய அரசியல் சாசனத்தின் முகவுரை குறித்து பலரும் புகழ்ந்துள்ள அதே புகழுரையைப் பாடி மகிழ்ந்து, நாமும் அறிமுகம் படுத்திக் கொள்வோம்.

அரசியல் சாசனம் என்பதை பவளப் பாறைகளும், எண்ணற்ற உயிரினங்களும் வாழும் பேரலைகள் கொண்ட கடலென்று கருதினால், முகவுரை என்பது அதன் கரையோரம். ஓயாத அலைகள் கரை தொட்டு திரும்பும் அழகிய கடற்கரை.

3. கடவுள் பெயருக்கு விவாதம்

எதைத் துவங்கினாலும், கடவுள் பெயரைக் கூறிவிட்டு துவங்குவது என்பது மரபு. 'கடவுள் துணை' என ஆட்டோவில் எழுதுவதாகட்டும், மளிகைப் பட்டியல் போடும்போது 'உ' என பிள்ளையார் சுழி போடுவதாகட்டும், இன்னும் பல முறைகளில் கடவுளின் பெயர் சொல்லியே தொடங்குவது வழக்கம்.

வயலில் நாற்று நடுவதிலிருந்து, கபடிக் களத்தில் இறங்கும் வரை எல்லாவற்றிலும் இந்தப் பழக்கம் உண்டு. இந்தப் பழக்கம் எனும் வழக்கம் நம்மூரில் மட்டுமல்ல, பல நாடுகளிலும் உண்டு. இப்படிக் கடவுளின் பெயரைச் சொல்லி துவங்கும் முறைக்கு ஒரு நாட்டின் அரசியல் அமைப்பு மட்டும் விதிவிலக்காக இருக்குமா என்ன? உலகின் பல நாடுகளுக்கான அரசியல் அமைப்புச் சட்டத்தின் முகவுரை கடவுளின் பெயரைக் கூறியும், அவரின் புகழ் பாடியுமே ஆரம்பிக்கின்றன.

பஹ்ரைன் நாட்டின் முகவுரை *"In the name of God on high, and with His Blessing"* என்று தொடங்குகிறது. ஆஃப்கானிஸ்தானியர்களோ தங்களது அரசியல் சாசன முகவுரையை *'Praise be to Allah'* என, அவர்களது கடவுளைப் புகழும் வாக்கியத்தைச் சொல்லியே ஆரம்பிக்கிறார்கள்.

கானா நாட்டின் முகவுரையின் *'In The Name of The Almighty*

God' என கடவுளை அழைத்தே துவங்கப்படுகிறது. ஜெர்மனி, ஹங்கேரி, கிரீஸ் உள்ளிட்ட பல ஐரோப்பிய நாடுகளிலும் கடவுள் துணை போட்டுத்தான் அரசியல் சாசன முகவுரையை ஆரம்பிக்கிறார்கள். இந்தியாவை விட்டுப் பிரிந்த பாகிஸ்தான், மதத்தை முன்னிறுத்தியே *'Almighty Allah'* எனச் சொல்லித்தான் தங்கள் அரசியல் சாசன முகவுரையைத் துவங்குகிறது. அதிலும் மற்ற நாடுகளைக் காட்டிலும் கொஞ்சம் வித்தியாசமான துவக்க வரிகளைக் கொண்டுள்ளது பாகிஸ்தான்.

"Whereas sovereignty over the entire Universe belongs to Almighty Allah alone, and the authority to be exercised by the people of Pakistan within the limits prescribed by Him is a sacred trust; And whereas it is the will of the people of Pakistan to establish an order; Wherein the State shall exercise its powers and authority through the chosen representatives of the people; Wherein the principles of democracy, freedom, equality, tolerance and social justice, as enunciated by Islam, shall be fully observed."

தங்கள் அரசியல் சாசன முகவுரையின் துவக்கத்தில் ஒரு தீர்க்கமான கருத்தைத் தீர்மானமாகச் சொல்கிறார்கள் பாகிஸ்தானியர்கள். அதாவது, தாங்கள் நம்பும் கடவுளுக்கே இந்தப் பிரபஞ்சத்தின் மீதான இறையாண்மை உண்டு எனச் சொல்லி, அரசியல் சாசனத்தின் முகவுரையைத் துவங்குகிறார்கள். அது மட்டுமல்லாமல் தங்களின் மதம் கூறும் ஜனநாயகம், சுதந்திரம், சமத்துவம், சகிப்புத்தன்மை மற்றும் சமூக நீதி ஆகியக் கொள்கைகள் முழுமையாகக் கடைபிடிக்கப்படும் எனவும் பாகிஸ்தானின் அரசியல் சாசன முகவுரையில் எழுதப்பட்டுள்ளது. என்றாலும், அங்கே மதத்திற்கு உட்பட்ட மக்களாட்சி என்பது முரணாகவே உள்ளது என்பது இப்புத்தகத்தை வாசிக்கும் உங்களுக்கும் தோன்றலாம்.

பொதுவாக, கடவுள் பெயரைக் கூறி ஆரம்பிப்பது என்பது மரபு என்றால், அதை இன்னும் கொஞ்சம் அதிகப்படுத்தி, தாங்கள் இந்த மதம், எங்கள் கடவுள் இவர் என்பதை நிறுவும் வகையில், பல நேரங்களில் கடவுளின் பெயர் பயன்படுத்துவதும் உண்டு.

இந்த மாதிரியான உணர்வுக்காகவும் கடவுளின் பெயரை அரசியலமைப்பின் முகவுரைகளில் பயன்படுத்துவதும் உண்டு.

ஆஃப்கானிஸ்தானின் முகவுரை இதற்கு ஒரு உதாரணம்"*Believing firmly in Almighty God, relying on His divine will and adhering to the Holy religion of Islam.*"

இதுபோல "*Algeria, land of Islam*" என, அல்ஜீரியா நாடு தன் நாட்டை இஸ்லாமிய நாடு என முகவுரையில் பிரகடனப்படுத்திக் கொள்கிறது.

ஆஸ்திரேலியாவிற்கு அருகில் இருக்கும் குட்டித் தீவுகள் அடங்கிய நாடு துவாலு (*Tuvalu*). இந்நாடு தனது அரசியல் சாசன முகவுரையில் "*Independent State based on Christian principles*" என்று குறிப்பிடுகிறது. அதாவது, நாங்கள் கிறிஸ்தவக் கொள்கைகளை பின்பற்றும் நாடு என பிரகடனப்படுத்திக் கொள்கிறது. ஜாம்பியா, அயர்லாந்து நாடுகளின் முகவுரையிலும் இதுபோன்ற பிரகடனத்தைப் பார்க்கலாம். இன்னும் பல நாடுகளும் இதுபோல் உண்டு.

பண்டைய காலங்களில் அரசர்கள், அரசு அதிகாரத்தைப் பறைசாற்ற, கடவுளின் பெயரைத் துணைக்கு அழைக்கும் முறை வழக்கமாக இருந்ததை நாம் அறிவோம். அதுதான் அரசாட்சிக்கு அதிகாரம் செலுத்துவதற்கும் உரித்தானது என்பதை மக்கள் மனதில் நிறுவக் கடைபிடிக்கப்பட்டது இந்த முறை.

அதாவது, தன் அதிகாரத்தை இறைவனின் ஆசி மூலம் சட்டப்பூர்வமாக்கும் செயல் (*Legitimizing the Authority*) என்று கூட புத்தகத்தின் துவக்கத்தில் பேசினோம். ஆனால், நவீன கால நாடுகளின் அரசியல் அமைப்பு சாசனம் எதிலும் இப்படியான முறை பின்பற்றப்படவில்லை. காரணம், அந்த முறைக்கு இன்று மதிப்பு இல்லை.

இன்று யாராவது உங்களிடம், "உங்களை ஆள்வதற்காக கடவுள் என்னை அனுப்பியுள்ளார்" என்று கூறினால், நீங்கள் அவரை நம்புவீர்களா? என்றாலும், மத போதகர்கள், சாமியார்கள் மட்டும் "நான் கடவுளின் அவதாரம், கடவுளால்

ஆசீர்வதிக்கப்பட்டவன்" என கதைவிட்டு பிழைப்பு நடத்திக் கொண்டிருக்கிறார்கள் என்பது வேறு கதை.

அல்பேனிய நாடு இந்தக் கடவுள் வாழ்த்தில் கொஞ்சம் கவனம் எடுத்துள்ளது. கடவுளைச் சொல்லி முதலில் துவங்கினாலும் அதோடு மனித விழுமியங்களையும் தாங்கள் நம்புவதாகச் சொல்லிக் கொள்கிறது. *"With Faith in God and/or Other Universal Values"* என, தங்கள் நாட்டு அரசியல் சாசன முகவுரையின் துவக்கத்தில் சொல்கிறார்கள் அல்பேனியர்கள்.

நாடு என்றால் கடவுள் நம்பிக்கை இல்லாதவர்களும் இருப்பார்கள் அல்லவா? எனவேதான் இந்த *'Universal Values'* எனும் பதத்தை அல்பேனியா இணைத்துள்ளது போலத் தோன்றுகிறது. இதுபோல எல்லா நாடுகளும் செய்வதும் இல்லை. அமெரிக்கா, ஃபிரான்ஸ், ஜப்பான் மற்றும் அது போன்ற நாடுகள், கடவுளின் பெயரைக் குறிப்பிடவில்லை. இப்படிக் கடவுள் பெயர் குறிப்பிடாத அரசியல் சாசன முகவுரைகளும் பல உள்ளன.

சான்றாக, இந்திய அரசியலமைப்பின் முகவுரையில் 'கடவுள் துணை' என்கிற சொற்தொடர் இல்லை. எந்தக் கடவுளின் பெயரும் இடம் பெறவில்லை. ஆம், நம் இந்தியாவின் அரசியல் சாசன முகவுரையில் 'கடவுள் துணை' என்றோ அல்லது கடவுளைக் குறிக்கும் ஒரு சொல்லோ இடம் பெறவில்லை. ஏன் அவ்வாறு இடம்பெறவில்லை என்பதற்கு சிறியதோர் வரலாற்றுத் தகவலை தெரிந்து கொள்வோம்.

இந்திய அரசியலமைப்புச் சாசனத்தை உருவாக்கவும், தொகுக்கவும் ஏற்பாடு செய்யப்பட்டதுதான் 'இந்திய அரசியலமைப்பு நிர்ணய மன்றம்' *(Constituent Assembly of India)* எனும் குழு. 'இந்திய அரசியலமைப்பு நிர்ணய சபை' என்றும் இதை அழைக்கலாம். இந்தக் குழுவில் 389 உறுப்பினர்கள் இடம் பெற்றிருந்தனர். இந்தியாவின் பல்வேறு பகுதியிலிருந்து தேர்ந்தெடுக்கப்பட்ட அறிஞர்கள், அரசியல் தலைவர்கள், விடுதலை போராட்ட வீரர்கள், சமூகப் பணியாளர்கள், கல்வி கற்ற அறிஞர்கள் அடங்கிய குழு இது.

இந்திய அரசியல் அமைப்புச் சாசனத்தின் அனைத்துக் கூறுகளும் 'இந்திய அரசியலமைப்பு நிர்ணய மன்றம்' *(Constituent Assembly of India)* என்ற இந்தக் குழுவின் பொது சபையில் முதலில் வைக்கப்படும். பின்னர், அந்தக் கூறுகளின் மீது குழுவில் இடம் பெற்றுள்ள *389* உறுப்பினர்களிடையே வாதங்கள் நடத்தி, அதை ஆதரித்தும் எதிர்த்தும் பேச அவர்களுக்கு வாய்ப்பு அளிக்கப்பட்டு, இறுதியில் தேவையான திருத்தங்கள் செய்யப்பட்டன. இவை அனைத்தும் இந்த அரசியலமைப்பு நிர்ணய மன்றத்தில்தான் நடந்தேறியது.

எனவே, கடவுள் பெயர் இல்லாத முகவுரை குறித்து அரசியல் சாசன நிர்ணய சபையில் விவாதம் நடந்தபோது, 'கடவுள் பெயர் இல்லாத முகவுரை தலையில்லாத உடல் போன்றது' எனக் கூறி, சில உறுப்பினர்கள் கடுமையான எதிர்ப்பு தெரிவித்தனர்.

எனவே, அதை மாற்றி அமைக்க வேண்டுமென்ற சட்டத் திருத்த மசோதாவை குழுவினர் கொண்டு வந்தார்கள். அப்போது*'In the name of God'* எனத் தொடங்க வேண்டும் என சிலர் கூறினார்கள். அப்படி வரக்கூடாது, *'God'* என்பதோடு *'Goddesses'* என்ற சொல்லையும் இணைக்க வேண்டும் என பெண் உறுப்பினர்கள் சிலர் அவர்களின் கருத்தைக் கூறினார்கள். 'பரமேஷ்வர்' என்கிற பொதுச் சொல் பயன்படுத்தலாமே என சிலர் ஆலோசனை தெரிவித்தார்கள். கடவுளை பிரார்த்தனை செய்வது நமது மரபு, அது நமது மக்களின் பழக்க வழக்கங்களில் இடம் பெற்றுள்ள தலையாய ஓர் அங்கம். எனவே, கடவுள் *(அ)* இறைவன் பெயரால் இந்த முகவுரை துவங்க வேண்டும் என, சிலர் ஆசைப்பட்டனர்.

இங்கு குறிப்பாகக் கவனிக்கப்பட வேண்டிய செய்தி என்னவென்றால் 'இந்திய அரசியலமைப்பு நிர்ணய மன்றம்' *(Constituent Assembly of India)* என்ற இந்தக் குழுவில் இடம் பெற்றிருந்த யாரும், தாங்கள் சார்ந்த மதத்தின் கடவுள் பெயரை முகவுரையில் குறிப்பிடப்பட வேண்டும் என்று கூறவில்லை. அதே வேளையில் 'கடவுள்' எனும் பொதுச் சொல்லை குறிப்பிட வேண்டும் என்றே வாதிட்டார்கள். ஆம்,

எங்கள் கடவுளின் பெயரை வைக்க வேண்டுமென அவர்களில் எவரும் விவாதிக்கவில்லை. 'கடவுள்' எனும் பொதுச் சொல்லை பயன்படுத்த வேண்டும் என்றே கூறினார்கள். இதுதான் நம் இந்திய நிலப்பரப்பின் நூற்றாண்டு ஆன்மீகம். இந்த உணர்வுகள் நம் அனைவரிடம் இல்லாமல் இருக்காது. எந்த மதங்களைச் சார்ந்தவர் என்றாலும் 'கடவுள்' என்ற பொதுவான உணர்வு நிச்சயமாக இருக்கும்.

இந்திய அரசியல் சாசன முகவுரையில் 'கடவுள்' பெயர் வேண்டும் என வாதிட்டவர்கள் அனைவரும் பக்திமான்கள். 'கடவுள்' பெயர் வேண்டாம் என்றவர் யார் தெரியுமா? அவர்களும் கடவுள் நம்பிக்கை கொண்டவர்களே. ஆன்மீக நாட்டம் கொண்டவர்களே.

இந்தியா என்றாலே 'ஆன்மீக பூமி' எனக் கருதுபவர்கள் இருக்கிறார்கள். ஆனால், அன்று அரசியல் நிர்ணயச் சபையில் இடம் பெற்று 'கடவுள்' பெயர் முகவுரையில் இடம் பெற வேண்டுமென விருப்பப்பட்டவர்களின் பேச்சும், 'கடவுள்' பெயர் முகவுரையில் இருக்க அவசியமில்லை எனக் கூறியவர்களின் பேச்சும் அந்த விவாதத்தின்போது சுவராஸ்யமாகவே இருந்தது.

Shri H. V. Kamath என்பவர்தான் அரசியல் சாசன முகவுரை கடவுளின் பெயரால் துவங்கப்பட வேண்டும் என, சபையில் சட்ட திருத்த கோரிக்கையை கொண்டு வந்தவர். "நமது பாரதத்தின் வருடங்கள் மிகப் பழமையானது. ஆனால், அது தன்னைத் தானே தெய்வீக நீரூற்றில் புதுப்பித்துக் கொண்டு என்றும் இளமையாக உள்ளது. பகவத்கீதையின் ஆன்மீக தரிசன உணர்வோடு கடவுளுக்கு இந்த அரசியலமைப்பை அர்ப்பணிப்போம். இந்த அரசியலமைப்பின் குறைபாடுகள் மற்றும் பிழைகள் எதுவாக இருந்தாலும், கடின உழைப்பு, துன்பம் மற்றும் தியானம் மூலம் இந்தியாவிற்கும் அதன் மக்களுக்கும் வலிமையையும் தைரியத்தையும் ஞானத்தையும் வழங்க வேண்டும் என்று பிரார்த்தனை செய்வோம்" எனக் கூறி, முகப்பு உரையில் கடவுளைத் துதிக்கும் பொருள் படும்படியான 'கடவுள்' பெயரைச் சொல்லி ஆரம்பிப்போம் என பேசினார்.

இதை எதிர்த்து முதல் கருத்தை வைத்தவர், விடுதலைக்குப் பின் கேரளாவின் முதல் முதலமைச்சராகப் பொறுப்பு வகித்த திரு தாணு பிள்ளை அவர்கள்தான். “நான் கடவுள் நம்பிக்கை உள்ளவன். நாம் உருவாக்கிய இந்திய அரசியலமைப்பின் படி, ஒரு மனிதன் கடவுளை நம்புவதற்கும் நம்பாததற்கும் உரிமை உண்டு. எனவே, கடவுள் நம்பிக்கையை மற்றவர் மீது சுமத்துவது சரியான செயல் அல்ல” என, அந்த விவாதத்தில் தாணு பிள்ளை கூறியிருக்கிறார்.

நமது உள் மனதுக்குள் வைத்துப் பூஜிக்கும் புனிதமான இறை உணர்வு இந்த சபையில் விவாதப் பொருளாக மாறிவிட்டது என்பதை வருத்தத்துடன் பதிவு செய்திருக்கிறார் *Pandit Hirday Nath Kunzru* அவர்கள். மேலும் அவர் பேசும் பொழுது, “நமது நம்பிக்கையை மற்றவர்கள் மீது திணிக்க முயலக் கூடாது. கடவுள் நம்பிக்கை என்பது ஒவ்வொரு மனிதனின் தனிப்பட்ட தேர்வும், நம்பிக்கையும் ஆகும். அதை ஏன் மற்றவர்கள் மீது கட்டாயப்படுத்த வேண்டும்” என கேள்வி எழுப்பினார். மேலும், “நாம் கடவுளின் பெயரைக் கூறுகிறோம், ஆனால், நாம் அவ்வாறு செய்யும்போது, நாம் ஒரு குறுகிய, மத உணர்வைக் காட்டுவது போல் ஆகிவிடும். எனவே முகவுரையில் கடவுளின் பெயர் எனும் சொற்பதம் அவசியமற்றது” என்றார்.

முடிவில் இந்த பிரச்னையை ஓட்டெடுப்பின் மூலம் தீர்த்தார்கள். அதிகப்படியான உறுப்பினர்கள் கடவுளின் பெயரைச் சொல்லி அரசியல் சாசனத்தின் ‘முகவுரை’ ஆரம்பிக்க அவசியமில்லை என ஓட்டளித்தனர். இதனால், நம் இந்திய அரசியலமைப்பு சட்டத்திற்கான முகவுரையில் கடவுள் பெயர் இடம் பெற கொண்டு வரப்பட்ட திருத்தச் சட்டம் தோல்வியைத் தழுவியது.

அப்படியென்றால், ‘இது நாத்திகத்தைப் பேசுகிறதா’ என்றால், அதுவும் இல்லை. குறிப்பாக, அவரவரின் தனிப்பட்ட கடவுள் நம்பிக்கையை இந்திய அரசியல் சாசனம் மறுக்கவில்லை. தேர்தல் வாக்களிப்பின் வாயிலாக மக்களால் தேர்ந்தெடுக்கப்பட்ட மக்கள் பிரதிநிதிகள், தங்களுக்கான பதவியை ஏற்கும் பொழுது

கடவுளின் பெயரால் பதவியேற்பதை இந்திய அரசியல் சாசனம் அனுமதிக்கிறது.

இதனால், அதிகாரத்திற்கும் பதவிக்கும் கடவுளின் பெயரைப் பயன்படுத்திய பண்டைய முறைக்கு முற்றுப்புள்ளி வைத்து, கடவுளை மனிதர்களின் இதயங்களின் வசிப்பிடமாக்குகிறது நமது அரசியல் சாசன முகவுரை.

4. தலைவர்களின் பெயர்களால் அரசியல் சாசன முகவுரைகள்

தாயின் சாரம் அன்பு, காதலியின் சாரம் காதல், தந்தையின் சாரம் பாதுகாப்பு என, பொதுவாகச் சொல்வோமல்லவா? அதுபோல, 'முகவுரை' என்பது அரசியலமைப்பின் 'சாரம்' என்கிறார்கள் அறிஞர்கள். அரசியல் சாசனத்தில் சொல்லப்பட்ட உரிமைகள், கடமைகள், சட்ட திட்டங்களின் 'சாரம்'தான் இந்த முகவுரை. பல ஆயிரம் பக்கங்கள் கொண்ட அரசியல் அமைப்புச் சட்ட நுணுக்கங்களைக் கொண்ட வாக்கியங்களில் உள்ளாடும் உணர்வுகளைச் சுருக்கி, அடர்த்தியாகத் தருவதே முகவுரை.

அந்த வகையில் இந்திய அரசியலமைப்பின் முகவுரையில் 'கடவுள்' என்ற சொல்லைக் குறிப்பிடாமல் நம் இந்தியா தவிர்த்தது போல, தனிப்பட்ட மனிதர்களின் பெயர்களும் தவிர்க்கப்பட்டுள்ளது. 'மனிதர்களின் பெயர்களை முகவுரையில் ஏன் குறிப்பிட வேண்டும்' என்ற கேள்வி உங்கள் மனதில் தோன்றுவது இயல்புதான்.

ஆனால், பல நாடுகளின் அரசியலமைப்பு முகவுரையில் மனிதர்கள் பெயர்கள் குறிப்பிடப்பட்டுள்ளன. குறிப்பாக, நாட்டின் தலைவர்கள், நாட்டின் விடுதலைக்கும் ஒற்றுமைக்கும் தியாகம் செய்தவர்களின் பெயர்கள் பல நாடுகளின் அரசியல் சாசன முகவுரையில் இடம் பெற்றுள்ளது.

'டொமினிக்கன் ரிபப்ளிக்' என்ற நாட்டின் முகவுரையின் துவக்கத்திலேயே அவர்கள் நாட்டுத் தலைவர்களின் பெயர்களைப் பட்டியலிட்டு அவர்களுக்கு புகழ் வணக்கம் செலுத்துகிறார்கள்.

"We, representative of the Dominican people, freely and democratically elected, assembled in the National Revisory Assembly, invoking the name of God, guided by the ideology of our Founding Fathers, Juan Pablo Duarte, Matías Ramón Mella and Francisco del Rosario Sánchez, and the heroes of the Restoration of establishing a free, independent, sovereign and democratic Republic."

எகிப்து நாட்டு முகவுரையில், அந்த நாட்டை நவீன எகிப்தாக உருவாக்கிய தேசத் தலைவரின் பெயரும், அறிஞர் ஒருவரின் பெயரும் குறிப்பிடப்பட்டுள்ளது.

"Egypt Mohamed Ali founded the modern Egyptian state with a national army as its pillar. Refaa, the son of Al-Azhar, prayed that the homeland become "a place of common happiness for its people".

உலகின் உண்மையான கம்யூனிச நாடாக இருந்து, சோசலிச கொள்கையை இன்று வரை கடைப்பிடித்துவரும் கியூபாவின் வரலாறு பல புரட்சிகளை உள்ளடக்கியது. மக்கள் புரட்சி மூலம் ஆட்சி அதிகாரத்தைக் கைப்பற்றினார்கள் அந்நாட்டு தலைவர்கள். நாட்டைச் சுரண்டிப் பிழைக்கும் முதலாளித்துவக் கூறுகளை ஒழித்து அதிகாரத்தைக் கைப்பற்றியவர்கள். அவர்கள் நாட்டின் அரசியல் சாசன முகவுரையில் மக்கள் புரட்சிக்குத் தலைமையாக இருந்து வழிகாட்டிய முக்கியத் தலைவர்களான 'யோசே மார்டி' மற்றும் 'ஃபிடல் காஸ்ட்ரோ' பெயர்கள் மட்டுமின்றி, புரட்சியின் ஆணிவேரான பொதுவுடைமைச் சித்தாந்தத்தின் தலைவர்களான 'மார்க்ஸ்', 'ஏங்கல்ஸ்' மற்றும் 'லெனின்' ஆகியோரின் பெயர்களும் குறிப்பிடப்பட்டுள்ளது.

"Guided by the most advanced revolutionary, anti-imperialist, Cuban-Marxist, Latin American, and universal thought, in particular by the ideal and example of Martí and Fidel, as well as the social emancipation ideas of Marx, Engels, and Lenin; IDENTIFIED with the tenets displayed in the concept of Revolution, as expressed by the Commander in Chief Fidel Castro on the 1st of May of the year 2000; WE DECLARE our will that the law of the laws of the Republic be presided over by this profound yearning, finally achieved by José Martí

இவை தவிர, இன்னும் சில நாடுகளின் அரசியல் சாசனங்களிலும் மனிதர்களின் பெயர்கள் இடம் பிடிக்கின்றன. வளைகுடா நாடுகளில் ஒன்றான 'பஹ்ரைன்' எனும் தீவு நாட்டின் முகவுரை:

"In the name of God on high, and with His Blessing, and with His help, we Hamad bin Isa Al Khalifa, Sovereign of the Kingdom of Bahrain," எனத் துவங்குகிறது.

மலேசியாவுக்கு அருகில் இருக்கும் உலகின் மிகப் பணக்கார நாடாக கருதப்படும் புருனே எனும் நாட்டின் அரசியல் சாசனமும் அவர்கள் நாட்டின் சுல்தான் பெயர் சொல்லி அவருக்கான அதிகாரத்தை முகப்புரையை நிறுவுகிறது.

"WE by the rights and powers of OUR Prerogatives as Sultan and Yang Di-Pertuan of the Sovereign State and Territory of Brunei Darussalam."

"சட்டங்களையும், நெறிமுறைகளையும் மக்களுக்கு அளிக்கும் உரிமை பெற்றவர்கள் நாங்கள்" என்பதை ஆணித்தரமாகச் சொல்லும் முகவுரையாக குவைத் மற்றும் ஐக்கிய அரபு கூட்டமைப்பின் முகவுரையைச் சொல்லலாம்.

"In the Name of God the Compassionate, the Merciful We, Abdallah Al Salem Al Sabah, Amir of the State of Kuwait" எனத் தொடங்குகிறது குவைத் நாட்டின் முகவுரை.

ஐக்கிய அரபு நாடுகளின் முகப்புரை, "இந்த நாட்டின் ஆட்சியாளர்களாகிய நாங்கள் தரும் சட்டம் இது" என, பகிரங்கமாக சொல்லிவிடுகிறது.

"WE, the Rulers of the Emirates of Abu Dhabi, Dubai, Sharjah, Ajman, Um AI Quwain and Fujairah"

மேற்கண்ட உதாரணங்களை வாசிக்கும் பொழுது தெரிந்திருக்கும் இவை அனைத்தும் மக்களாட்சி நடக்கும் தேசங்கள் கிடையாது. இவை முடியாட்சி முறை கொண்ட தேசங்கள். இங்கு ஆளுகிறவர்களைத் தேர்வு செய்ய மக்களுக்கு உரிமை இல்லை. ஒன்று அல்லது இரண்டு குடும்பத்தினரிடம் ஆளும் அதிகாரம் இருக்கும். அப்படியான குடும்பத்தில் இருந்துதான் 'எமிர்' அல்லது 'சுல்தான்கள்' உருவாக முடியும். இந்நாடுகளில் சட்டங்களை அளிப்பது, புதிய சட்டங்களை உருவாக்குவது, அரசு ஆணைகள் மற்றும் தேசிய விடுமுறை அறிவிப்பு கூட அந்நாட்டு 'எமிர்' அல்லது 'சுல்தான்' பெயரில்தான் வெளியிடப்படும். ஏனென்றால், அவர்களுக்கு மட்டுமே அந்த அதிகாரம் வழங்கப்பட்டுள்ளது. அதை எவ்வாறு பெற்றார், யாரிடம் பெற்றார் என்பது வேறு கதை.

இப்படியான நாடுகளின் அரசியல் சாசன முகவுரைகளில் ஆளும் ஆட்சியாளர்கள் தங்களின் பெயர்களைக் குறிப்பிடுவதன் மூலம் தங்களுக்கே ஆளும் அதிகாரம் உள்ளது என்பதை முறையாக நிறுவிக் கொள்கிறார்கள்.

ஆனால், எந்த ஒரு தலைவரின் பெயரையோ அல்லது அரசரின் பெயரையோ குறிப்பிடாமல், பண்டைய ஆட்சி முறையை முறியடித்து, மக்களாட்சியின் உண்மையான உணர்வுகளை பிரதிபலிக்கிறது நமது அரசியல் சாசன முகவுரை.

5. தலைவர்கள் பெயருக்கும் 'நோ'

இந்தியாவின் அரசியல் சாசன முகவுரையின் மீதான விவாதத்தில் மகாத்மா காந்தி அவர்களின் பெயரை இணைக்க வேண்டும் என்ற கோரிக்கை முன்வைக்கப்பட்டது. 'Prof. Shibban Lal Saksena' என்பவர்தான் அந்தக் கோரிக்கையை முன் வைத்தார். "நம் தேசப்பிதா அவர்களுக்கு மரியாதை செய்யும் வகையில் முகவுரையில் அவர் பெயர் இடம்பெற வேண்டும்" என்றார். அவருக்கு ஆதரவாக, "அகிம்சை கொள்கையின் மேல் கட்டப்பட்ட இந்தத் தேசத்தின் அரசியலமைப்பு முகவுரையில் மகாத்மா அவர்களின் பெயர் இடம்பெறுவது சரியானது" என்றார்கள் சிலர். ஆனால், மகாத்மா காந்தியின் பெயர் வேண்டாம் என்றார்கள் சிலர். அதற்கு அவர்கள் கூறியக் காரணம் மிக சுவாரஸ்யமானது.

"இந்த முகவுரை வருங்காலத்தில் மாற்றப்படலாம், மாற்றி வடிவமைக்கப்படலாம். அப்படியான இடத்தில் நமது நேசத்துக்குரிய தேசப்பிதாவின் பெயர் இடம் பெறாமல் இருப்பது நல்லது. கடவுளின் பெயர் போல புனிதமான காந்தியடிகளின் பெயரைத் தேவையில்லாமல் தேவையற்ற இடங்களில் பயன்படுத்தக் கூடாது. எனவே, இந்தக் கோரிக்கையின் மீது வாக்கெடுப்பு எதுவும் நடத்த வேண்டாம். தயவு செய்து இந்த கோரிக்கையை திரும்பப் பெறுங்கள்" எனக் கூறினார் Acharya J. B. Kripalani. இதைத் தொடர்ந்து மகாத்மா காந்தி

அவர்களின் பெயர் முகவுரையில் இடம்பெற வேண்டும் என்ற கோரிக்கையைத் திரும்பப் பெற்றுக் கொண்டார் *Prof. Shibban Lal Saksena.*

மகாத்மா காந்தியின் பெயர் இடம்பெற வேண்டாம் என்பதற்கு அந்தச் சபையில் யாரும் எதிர்ப்பு தெரிவிக்கவில்லை. ஏனென்றால், இந்திய அரசியல் சாசனத்தின் முகவுரை காந்திய சிந்தனையை உள்வாங்கியது அல்ல. இது அமெரிக்க நீதிமன்ற தீர்ப்புகளை அடிப்படையாகக் கொண்டு உருவாக்கப்பட்டது. எனவே, "இந்த அழுகிப் போன அரசியல் சாசனத்தில் காந்தியடிகளின் பெயர் இடம் பெறக் கூடாது" என்றார் இன்னொரு தலைவர்.

பல நாடுகளில், அந்த நாட்டை உருவாக்கியவர்கள், ஒன்றிணைத்தவர்கள், விடுதலைக்காக புரட்சிப் படைகளை அமைத்தவர்கள் போன்றோரின் பெயர்களைக் குறிப்பிடும் அரசியல் சாசன முகவுரைகள் உள்ளன. ஆனால் பல்வேறு சமஸ்தானங்களாக, பல நூறு ஆட்சியாளர்களால், பல மொழி, பல்வேறு பண்பாடு, கலாச்சாரம், உணவு, உடை, பழக்க வழக்கம் கொண்டதாகச் சிதறிக் கிடந்த இந்தியாவை ஒன்றிணைத்து 'பூரண விடுதலை' என முழங்க வைத்ததில் மகாத்மா காந்தியாருக்கு பெரும் பங்கு உண்டு என்பதை வரலாறு அறிந்தவர்கள் மறுக்க முடியாத செய்தி. அவரின் சொல் கேட்டு, அவரின் செயல் அறிந்து, அவர் பின் சென்றவர்கள் பல லட்சம்பேர். காந்தி என்பவர் தனி மனிதனாக வாழவில்லை, அவர் வாழும் பொழுது அவரை ஒரு தத்துவமாக, ஆன்மீக வழிகாட்டியாக கருதியவர்கள் பலர்.

காந்தியடிகளின் தியாகமும், அர்ப்பணிப்பும் இந்திய விடுதலைப் போரில் மட்டுமின்றி, ஒருங்கிணைந்த இந்தியா உருவாகவும் காரணம் என்பதை உறுதியாகச் சொல்ல முடியும். காந்தி மட்டுமா, இன்னும் எத்தனையோ தலைவர்கள் தங்கள் வேற்றுமைகளை மறந்து, மக்களை இந்தியர்களாக ஒன்றிணைக்க பாடுபட்டார்கள்.

காந்தியடிகளுக்கு நிகராக நேதாஜி சுபாஸ் சந்திர போஸ் அவர்களும் தன் வாழ்வை அர்ப்பணித்த முக்கியமான தலைவர்தான். மற்ற நாடுகளைப் போல, நமது அரசியல் சாசனத்தில் மரியாதை. நிமித்தமாக குறிப்பிட பல தலைவர்கள் முழு தகுதியானவர்கள். என்றாலும், எந்தத் தலைவரின் பெயரும் 'முகவுரை'யில் குறிப்பிடவில்லை!

6. மக்களாகிய நமது பெயரால் 'மாபெரும்' அறிவிப்பு

கடவுள் பெயரைச் சொல்லி ஆரம்பிக்கலாம் என்றால் 'வேண்டாம்' என்கிறார்கள். காந்தியடிகளின் பெயரைச் சொல்லி துவங்கலாம் என்றால் 'அவசியமில்லை' என்கிறார்கள். அப்படியென்றால், முகவுரையின் முதல் வரி, முதல் சொல் எப்படி, எவ்வாறு அமைய வேண்டும்?

பெரும் விவாதத்திற்குப் பின்னர், நமது இந்திய அரசியல் சாசனத்தின் முகவுரை எப்படித் தொடங்க வேண்டும் என்பதற்கு ஒரு வாக்கியம் அனைவராலும் ஏற்றுக்கொள்ளப்படுகிறது.

அந்த வாக்கியமே, '*We The People of India*' என்பதாகும். இந்தச் சொற்பதம் இந்திய தேசத்தின் அனைத்து மனிதர்களையும் குறிக்கிறது.

"இந்தப் பதத்தின் முழு உணர்வைப் புரிந்து கொள்ள வேண்டுமென்றால் அதை முழுமையாக உணர வேண்டுமானால்"*We The People of India,"* என்கிற இந்தப் பதத்தை, முகவுரையின் கடைசி வாக்கியத்தோடு இணைத்து வாசிக்க வேண்டும்" என்கிறார் டாக்டர் அம்பேத்கர்.

நம் அரசியல் சாசன முகவுரையானது, 'அறிமுகம்', 'விளக்கம்', 'குறிக்கோள் (அ) கடமை' என மூன்று தனித்துவ பகுதிகளை உள்ளடக்கியது.

"Preamble Consists of distinct parts. There is one part which is declaratory. The second part is descriptive.The third part is objective and obligatory"

முதல் வரியையும் இறுதி வரிகளையும் இணைத்தால் தான் அறிமுக பகுதியைப் புரிந்து கொள்ள முடியும். அந்த வகையில் இணைத்தால் நமக்கு *"We the people of India in our Constituent Assembly, on 29-November -1949, do hereby adopt, enact and give to ourselves this Constitution"* என்ற புரிதல் கிடைக்கிறது.

அதாவது, "மக்களாகிய நாங்கள் இந்த நாளில் எங்களுக்கு நாங்களே அளித்துக் கொண்ட அரசியல் சாசனம்!" இதுதான் அறிமுகம்.

இப்படி வாசித்தால்தான் இந்தச் சொற்பதத்திற்குள் இருக்கும் ஆழம் புரியும். அதன் உணர்வு இன்னும் வீரியமாக உணரப்படும். இப்படி வாசிக்க வேண்டுமென எனக்கு எந்தப் பாடப் புத்தகமும் சொல்லித் தரவில்லை. அரசியலமைப்பு நிர்ணய சபையில் நடந்த விவாதம் ஒன்றில் டாக்டர் அம்பேத்கர் முகவுரையின் கட்டமைப்பை ஓர் ஆசிரியராக விளக்குவதை வாசித்த பின்புதான் இது தெரியவந்தது.

"இதுவரை எங்களுக்கான சட்டங்களை உருவாக்கியவர்கள் இறைதூதர்களும், அவதாரங்களும், ஞானிகளும், ரிஷிகளும், மாமன்னர்களும், வேறு தேசத்தினராகவும் இருந்த காலம் முடிந்தது. அவர்களுக்கு மரியாதையோடு நன்றி வணக்கம். இனி, எங்களுக்கு நாங்களே எங்களுக்கான சட்டங்களை இயற்றிக் கொள்ளப் போகிறோம்" என்கிற 'மாபெரும்', 'ஒப்பற்ற', 'தன்னிகரற்ற' அறிவிப்பு இது.

7. இந்திய அரசியலமைப்பு நிர்ணய மன்றம்

இந்தியா போன்ற மொழி, கலை, உணவு, உடை, பண்பாட்டு வேறுபாடுகள் கொண்ட நாட்டிற்கு, பொதுவான அரசியல் அமைப்பு உருவாக்குவது என்பது மிகக் கடினமான செயல். யாரும் செய்யத் துணியாத காரியமாகக்கூட கருதப்பட்டது. வறுமையும், ஏழ்மையும், கல்வியின்மையும் கொண்ட அன்றைய இந்தியாவில் அவை மட்டுமே சமூக பிரச்சினையாக இருக்கவில்லை.

ஒரு பக்கம் மதத்தைக் கொண்டு நாடு துண்டாடப்பட்டுக் கொண்டிருந்தது. இன்னொரு பக்கம் அதே மதத் தீயை வைத்து, மக்களிடையே ஒருவருக்கு ஒருவர் வெட்டிச் சாய்த்துக் கொண்டிருந்தார்கள். இப்படியானக் குழப்பமும் கலவரமும் சூழ்ந்திருந்த காலத்தில்தான், 1946 ஆம் ஆண்டு, டிசம்பர் 9ஆம் நாள், டெல்லி நகரில் இந்திய அரசியல் சாசனத்தை உருவாக்க, இந்திய அரசியலமைப்பு நிர்ணய மன்றம் (இந்திய அரசியலமைப்பு சபை என்றும் கூறலாம்) முதன் முறையாகக் கூடியது.

முதல் நாள் கூட்டத்தில் தற்காலிகத் தலைவராக வயதில் மூத்த உறுப்பினர் தேர்ந்தெடுக்கப்பட்டார். பின்னர், டாக்டர் ராஜேந்திர பிரசாத் நிரந்தரத் தலைவராக தேர்ந்தெடுக்கப்பட்டார். அந்த மன்றத்தின் முதல் காரியமாக, மூன்று நாடுகளிடமிருந்து வந்த வாழ்த்து செய்திகள் வாசிக்கப்பட்டது. முதலாவதாக அமெரிக்க தூதரகத்தின் வாழ்த்துச் செய்தி வாசிக்கப்பட்டது.

“இந்திய மக்களுக்கு, அமெரிக்க அரசு மற்றும் அமெரிக்க மக்களின் மனப்பூர்வமான நல்வாழ்த்துக்களைத் தெரிவித்துக்

கொள்கிறேன். நீங்கள் செய்யவிருக்கும் பெரிய பணி மனிதகுலத்தின் அமைதி, ஸ்திரத்தன்மை மற்றும் கலாச்சார முன்னேற்றத்திற்கு இந்தியா அளிக்கப் போகும் பெரும் பங்களிப்பாகும். மேலும், உங்கள் விவாதங்களை உலகம் முழுவதும் உள்ள சுதந்திரத்தை விரும்பும் மக்கள் ஆழ்ந்த ஆர்வத்துடனும் நம்பிக்கையுடனும் பார்க்கிறார்கள் (சியர்ஸ்)" என அமெரிக்கத் தூதர் அனுப்பிய வாழ்த்து வாசிக்கப்பட்டது. அதுபோல் சீனாவும், ஆஸ்திரேலியாவும் அனுப்பிய வாழ்த்துகளும் வாசிக்கப்பட்டன.

"ஜனநாயக மற்றும் வளமான இந்தியாவுக்கு உறுதியான அடித்தளம் அமைப்பதில் உங்கள் மாபெரும் பேரவை வெற்றி பெறும் என்று நான் உண்மையாக நம்புகிறேன்" என, சீனா தனது வாழ்த்து செய்தியில் கூறியிருந்தது.

எங்கோ இருக்கும் ஒரு தேசம், தனது தலைவிதியை எழுதப் போகும் தருணத்தில் மூன்றே மூன்று நாடுகளிடமிருந்து ஏன் இந்த வாழ்த்துச் செய்திகள்? அந்த மூன்று நாடுகளுக்கும், இந்தியாவிற்கும் அப்போது எந்தவித தொடர்பும், நட்பும் இல்லை. ஆனால், அன்று உலகம் முழுவதும் மக்களாட்சி, மறுமலர்ச்சி, விடுதலை உணர்வு கொண்டவர்கள் மிக ஆவலாக இந்த அரசியல் சாசன உருவாக்கத்தை எதிர்பார்த்துள்ளனர் என்றே தோன்றுகிறது.

இந்த மூன்று நாடுகள் வாழ்த்துக்களைத் தெரிவித்த அதே காலகட்டத்தில், இங்கிலாந்து பாராளுமன்றத்தில், இந்திய அரசியலமைப்பு உருவாக்கும் முயற்சியை நக்கலும் கிண்டலும் செய்தார்கள். சாதி உணர்வு கொண்ட இந்துக்கள் ஒன்றாக இணைந்து, அனைவருக்குமான நாடாக எப்படி உருவாக்க முடியும் என்ற சந்தேகத்துடன், நையாண்டியும் செய்துள்ளார்கள். "அது எப்படி சாதி உணர்வு இந்துக்களால் அனைவருக்கும் பொதுவான அரசியல் அமைப்பை உருவாக்க முடியும்?" என்பதுதான் பிரித்தானிய பாராளுமன்றத்தில் எழுப்பப்பட்ட கேள்வி. இந்தக் கேள்வி நமக்கே இன்று கூட உள்ளது. ஆனால், இது குறித்து அடுத்தப் பகுதிகளில் விரிவாகப் பேசுவோம்.

இந்திய அரசியல் சாசனத்தை உருவாக்க இந்திய அரசியலமைப்பு நிர்ணய மன்றம் உருவாக்கப்பட்டது என பார்த்தோம்

அல்லவா! அந்த மன்றத்தின் உறுப்பினர்களைக் கொண்டு, அரசியல் சாசனத்திற்குத் தேவையான அடிப்படைகளை உருவாக்க பல்வேறு சிறு குழுக்கள் உருவாக்கப்பட்டன. அப்படி உருவாக்கப்பட்ட மிக முக்கியமான குழுதான் 7 பேர் கொண்ட இந்திய அரசியலமைப்பு வரைவுக் குழு *(Drafting Committee of Indian Constitution).*

இந்த வரைவுக் குழுவில், சென்னை மாகாணத்தைச் சேர்ந்த அல்லாடி கிருஷ்ணசாமி ஐயர், என். கோபாலசாமி அய்யங்கார், டி. டி. கிருஷ்ணமாச்சாரி, குஜராத்தை சேர்ந்த கே. எம். முன்ஷி, அசாம் மாகாணத்தைச் சார்ந்த சையத் முகமது சாதுல்லா, கர்நாடகத்தைச் சேர்ந்த மாதவ ராவ் ஆகியோர் இடம் பெற்றிருந்தனர். இந்த எழுவரும்தான் இந்திய அரசியல் அமைப்பைத் தொகுத்தவர்கள். அல்லது உருவாக்கியவர்கள். இந்தக் குழுவின் தலைவர்தான் அண்ணல் அம்பேத்கர் அவர்கள்.

அரசியலமைப்பு வரைவுக் குழுவின் இன்னொரு மிக முக்கியமான நபர் அந்த குழுவின் ஆலோசகர். அவர் சர் பெனகல் நர்சிங் ராவ் (சுருக்கமாக பி. என். ராவ்) (26 1887 பிப்ரவரி 26 & -1953 நவம்பர் 30). இவர் ஒரு சட்ட நிபுணர். உலகில் எந்தெந்த நாடுகளில் மக்களாட்சி நடைமுறையில் உள்ளதோ, அந்நாடுகளின் அரசியல் சாசனங்களை ஆராய்ந்து, அவற்றில் உள்ள நல்ல அம்சங்களை எடுத்து, இந்திய தேசத்துக்கு ஏற்ற வகையில் தொகுத்தது இவர்தான்.

மேலும், பர்மா தேசத்தின் அரசியல் சாசன வரைவு உருவாகவும் இவர் உதவியுள்ளார். இவர் தயாரித்த முதல் வரைவு அரசியல் சாசனத்தை குழுவாக ஆய்வு செய்து, பல்வேறு நிபுணர்களின் பரிசீலனைகள் அனைத்தையும் கணக்கில் கொண்டு, தேவையான மாற்றங்கள் செய்து, அதன் பின் திருத்தங்களை குழுவாக விவாதித்து, அதன் மீது முடிவு எடுத்து, அரசியல் சாசன நிர்ணய மன்றத்தில் தாக்கல் செய்து, அங்கு அதன் மீது விவாதம் செய்து, அதற்கான பதில்களை அளித்து, அரசியலமைப்பை முழுமையாக்கி அதை சட்ட ஆவணமாக்கியவர் அரசியலமைப்பு வரைவுக் குழு தலைவரான டாக்டர் அம்பேத்கர்.

8. உறுதியான இதயத் துடிப்பு

ஒரு தேசம் என்பது என்ன? அது வரைபடமா, நிலப்பரப்பா, மக்களின் உணர்வா? ஒட்டுமொத்தமாக இவையெல்லாம் ஒரு தேசத்தை அல்லது ஒரு நாட்டை வரையறுக்கப் பயன்படுத்தப்படும் கூறுகள் என்றுதான் சொல்ல முடியும்.

ஒரு மனிதனின் இதயத்துடிப்பு என்பது, அவனது உடல் கூறுகளின் மொத்த நலனைக் குறிப்பது. அது போலவே ஒரு தேசத்தின் பல்வேறு கூறுகளை நிர்ணயம் செய்யும் அரசியலமைப்பு ஆவணத்தைத்தான் தேசத்தின் நாடித்துடிப்பு என்கிறார்கள். இந்திய தேசம் என்பது எல்லைகளால் வரையறுக்கப்பட்டு இருக்கலாம். வரைபடத்தில் வரையப்படலாம். இந்த நாட்டின் மக்கள் 'எது இந்தியா' என கற்பனை செய்து கொள்ளலாம்.

ஆனால், ஒரு தேசம் எப்படி இயங்கும் என்பதை நிர்ணயம் செய்வது அரசியல் அமைப்பு சாசனமே. அப்படி ஒரு தேசம் இயங்கும் முறையை விவரிக்கும் ஓர் ஆவணத்தை எப்படி உருவாக்க வேண்டும்? நாலு பேர் சேர்ந்து 'ரூம்' போட்டு எழுதினால் அது இந்த தேசத்தின் இதயத் துடிப்பாக மாறிவிடுமா? ஒரே கருத்தியலைக் கொண்டவர்கள், ஒரே நம்பிக்கையைக் கொண்டவர்கள், ஒன்று கூடி எழுதினால், அது இதயத் துடிப்பாகுமா? இந்தியா போன்ற பெரிய நிலப்பரப்பில், பல்வேறு மொழி, கலாச்சாரம், பண்பாடு, மதம், சாதி, உணவுப்

பழக்க வழக்கங்களைக் கொண்ட அனைத்து மக்களையும் ஒருங்கிணைத்து இதயத்துடிப்பாக உருவாக்கினால் மட்டுமே அது முறைப்படி உருவானதாகக் கருதப்படும்.

நமது அரசியல் சாசனம் உருவாக்கப்பட்ட காலத்தில், இந்தியா என்பது பல்வேறு மாகாண பிரிவுகளாக இருந்தது. 12 பிரிட்டிஷ் இந்திய மாகாணங்கள் இருந்தன. இவை தவிர, பல சமஸ்தானங்கள் இருந்தன. இந்த சமஸ்தானங்களை மன்னர்கள் அரசாண்டு வந்தார்கள், சமஸ்தானம் என்றாலும் அவை அனைத்தும் பிரித்தானிய கட்டுப்பாட்டுக்கு உட்பட்டவை என்பதை நினைவில் வைத்துக் கொள்ள வேண்டும்.

மேலும், பல்வேறு பூர்வக்குடிகள், குழுக்களாக இருந்தார்கள். இவர்களையும் ஒன்றிணைத்து, அனைவரது சந்ததியினரும் வாழப்போகும் இந்திய நாட்டின் செயல்பாடுகளை நிர்ணயம் செய்யப்போகும் அரசியல் சாசனத்தை உருவாக்கினால்தான், அது அந்த தேசத்தின் இதயத்துடிப்பாக மாறும்.

எனவே, அப்போதிருந்த பல மாகாணங்களில் தேர்ந்தெடுக்கப்பட்டவர்கள், சமஸ்தான பிரதிநிதிகள், பூர்வக்குடியினர், மொழி, கலாச்சார, பண்பாட்டு பிரதிநிதிகள் உள்ளடங்கிய குழுதான் இந்திய அரசியலமைப்பு நிர்ணய மன்றம். இவர்களில் பெரும்பாலானோர் இந்தியத் தேசிய காங்கிரஸைச் சேர்ந்தவர்கள். ஆனால், பல்வேறு கோட்பாடு மற்றும் கருத்தியல் பின்னணியைக் கொண்டவர்கள். இவர்களுள் சிலர் சோசலிஸ்டுகள், கம்யூனிஸ்டுகள், ஹிந்து மகாசபையின் தலைவர், முற்போக்குவாதிகள் அடங்கிய குழுவே இந்திய அரசியலமைப்பு நிர்ணய மன்றம். ஆனால், 'இந்திய முஸ்லீம் லீக்' இந்த மன்றத்து செயல்பாடுகளை புறக்கணித்தது.

இந்தியா எனும் தேசம், வலுவான, சீரான, இதய துடிப்போடு காலகாலமாக இயங்க வேண்டும் என்கிற உயரிய நோக்கத்தோடு உருவாக்கப்பட்டதுதான் இந்திய அரசியல் சாசன மன்றம். இப்படி பல்வேறு நபர்கள் ஒன்றிணைந்து, தங்கள் கருத்துகளை முன்வைக்க, அதை எதிர்த்தவர்கள், ஆதரித்தவர்கள், நடுநிலைமை வகித்தவர்கள் என முறைப்படி விவாதித்து, எதிர் கருத்துக்களை

பாகுபாடு இன்றி ஆராய்ந்து, அனைவரின் சம்மதத்தோடும், உறுதியோடும் உருவாக்கப்பட்டதுதான் இந்திய அரசியலமைப்பு சாசனம்.

சில நாடுகளில் யாராவது ஒரு சர்வாதிகாரி, ராணுவத்தின் துணைகொண்டு அரசு அதிகாரத்தை கைப்பற்றிய பின், அவருக்கு தேவையான சிறு குழுவை நியமித்து, அரசியல் சாசனம் எழுதி, மக்கள் மீது திணித்துக் கொள்வார். அப்படியானது அல்ல இந்திய அரசியல் சாசனம். ஒரு பண்பாட்டு இயக்கம் தன்னிச்சையாக தனது கனவுகளை அரசியலமைப்பாக உருவாக்கி வைத்துக் கொண்டது அல்ல. தங்களின் மேலாதிக்கத்தை நிலை நிறுத்த அரசியல் செய்யும் சிலரின் கனவுகளை வடிவம் ஆக்கியதல்ல இந்திய அரசியல் சாசனம்.

மாறாக, புதிதாக உருவாகும் ஒரு தேசத்தின் இதயத்துடிப்பாக இருக்கப்போகும் அரசியல் சாசனத்தை எழுதி, அதன் ஒவ்வொரு கருத்தையும், சொற்களையும் ஆய்வுக்கு உட்படுத்தி, விவாதித்து, ஓட்டெடுப்பு நடத்தி உருவானது நமது அரசியல் சாசனம். இந்தச் செயல்பாட்டையும் அதற்குப் பின் உள்ள உணர்வுகளையும் குறிக்கும் சொற்பதமே 'Solemnly Resolved.'

"Solemnly Resolved.' என்றால், மிகுந்த உறுதியாக தீர்மானிக்கப்பட்டது, மிகுந்த விசுவாசத்துடன், அர்ப்பணிப்புடன், பலரின் கருத்துக்கள் கணக்கில் எடுக்கப்பட்டு, ஜனநாயக முறையில் உருவாக்கப்பட்டது எனப் பொருள். மக்களாட்சியின் இந்தியத் தேசிய அரசியல் சாசனம் இந்திய மக்களால் உருவாக்கப்பட்ட உறுதியான இதயத்துடிப்பு என்பதை வலியுறுத்தவே "We, The People of India, Having Solemnly Resolved" என்று ஆரம்பிக்கிறது.

"Solemnly Resolved" எனும் சொற்கள், மக்களிடையே வேறுபாடுகள் இருந்தபோதிலும், ஒற்றுமையுடன் ஒன்றிணைந்து, ஒரு பொதுவான நோக்கத்தை உறுதியுடன் ஏற்றுக்கொண்டதை குறிக்கிறது. இந்திய மக்களுக்குள் நடைபெற்ற நித்திய உடன்படிக்கையாக அரசியல் சாசனத்தைக் கருத வேண்டும் என,

அனைத்து இந்தியக் குடிமக்களையும் முகவுரை அழைக்கிறது. முகவுரைக்கு உட்சபட்ச மரியாதையும் மாண்பையும் கோருகிறது.

இந்தப் புத்தகத்தை வாசிக்கும் உங்களை முகவுரைக்கு ஒரு வணக்கத்தை வைத்து அடுத்தப் பகுதிக்கு அழைக்கிறேன்.

9. கட்டமைக்கப் போகிறோம்

இந்திய அரசியல் சாசன முகவுரையை அறிமுகம் செய்யும் பொழுது, பெரும்பாலானோர் 'இந்திய மக்கள் சுதந்திர இந்தியாவை சோஷியலிச மதச்சார்பற்ற ஜனநாயகக் குடியரசாக அறிவிக்கிறார்கள்' என்கிற பொருளில் அறிமுகப்படுத்துவார்கள்.

அதாவது '*Indian People Declaring India as*' என்கிற பொருள் வருவது போல! ஆனால், கூர்ந்து கவனித்தால் அது அப்படியல்ல என்பது தெரியவரும். ஏனென்றால், '*Declare / Proclaims*' போன்ற சொற்கள் எதுவும் இந்திய முகவுரையில் இல்லை.

பஹாமஸ் எனும் நாட்டின் முகவுரையில், "இந்த பஹாமஸ் நாட்டை குடியரசு நாடாக அறிவிக்கிறோம் (*Proclaims*)" என்று, தெளிவாகக் குறிப்பிடுகிறார்கள். .

"*Do Hereby Proclaim in Solemn Praise the Establishment of a Free and Democratic Sovereign Nation - Bahamas.*"

அதுபோல பங்களாதேஷ் நாட்டின் முகவுரையிலும் "பங்களாதேஷ் மக்களாகிய நாங்கள் எங்கள் நாட்டை சுதந்திர, சுயாட்சி நாடாக குடியரசு நாடாக அறிவிக்கிறோம் (*Proclaim*)" என்று குறிப்பிடுகிறார்கள் .

"*We, the people of Bangladesh, having proclaimed our independence on the 26th day of March, 1971 and through a historic struggle for national liberation, established the independent, sovereign People's Republic of Bangladesh."*

ஆனால், நமது இந்திய நாட்டின் முகவுரையில் *'Constitute'* என்ற சொல் இடம் பெற்றுள்ளது.

ஈராக் எனும் நாடு நம் அனைவருக்கும் பரிச்சயமானது. சதாம் ஹுசைன் ஆட்சி செய்த நாடு. அமெரிக்காவின் தலைமையிலான வல்லரசு நாடுகள் இணைந்து அவரை அதிகாரத்தில் இருந்து அகற்றியது அனைவருக்கும் தெரிந்ததே. அவரைத் தூக்கிலிட்டு தண்டிக்கவும் செய்தார்கள். ஆனால், சதாம் ஹுசைனின் ஆட்சி முடிவுக்கு வந்த பிறகு, அங்கு நடந்த உள்நாட்டுப் போர் சகிக்க முடியாத அளவிற்கு நம் கண் முன் நிகழ்ந்தது. அந்தப் பூமி முழுவதும் மனித இரத்தத்தில் நனைந்தது. பெண்களும் குழந்தைகளும் அதிக எண்ணிக்கையில் கொல்லப்பட்டனர். சதாமின் அதிகார மையம் வீழ்ச்சிக்குப் பின் நடந்த இந்தக் கொடூர வன்முறை, வரலாற்றின் நிரந்தர கருப்புப் பக்கங்கள்தான்.

அமெரிக்காவுடனான போரில், 2003 ஆம் ஆண்டு சதாம் ஹூசைன் ஆட்சி கவிழ்க்கப்பட்டது. அவர் தலைமறைவானார். அதைத் தொடர்ந்து, 2005 ஆம் ஆண்டு ஈராக் நாடு தன்னைத் தானே புதிய நாடாக, புதிய ஈராக்காக கட்டமைக்கும் பணியில் ஈடுபட்டது. இதனால், ஜனநாயக முறைப்படி அந்நாட்டில் தேர்தல் நடத்தப்பட்டது. அவர்களுக்கான புதிய அரசியலமைப்பு சாசனத்தை உருவாக்கினார்கள். அப்படி உருவாக்கப்பட்ட புதிய அரசியலமைப்பு சாசனத்தின் முகவுரையை வரலாற்று நினைவுச் சின்னமாக ஆக்கிக் கொண்டார்கள்.

தங்கள் நாடு கடந்து வந்த செங்குருதிப் பாதையின் வரலாற்றைச் சுருக்கமாகப் பதிவு செய்து வைத்திருக்கிறார்கள். கலங்காத இதயம் கூட அதை வாசிக்கும் பொழுது அந்த நாட்டின் மக்களுக்காக இரங்கும். அப்படி உணர்ச்சி மிக்கதாக அவர்களது அரசியல் சாசன முகவுரை அமைந்திருக்கிறது. அதன் சுருக்கம் இதோ.

“மெசபடோமியா பண்பாட்டு நாகரிகத்திற்கு சொந்தமான மக்கள் நாங்கள். இந்த நிலம் இறைத்தூதர்கள் மற்றும் தீர்க்கதரிசிகளின் தாயகம், நல்லொழுக்கமுள்ள இமாம்களின் இளைப்பாறும் இடம். நாகரீகத்தின் தொட்டில் எங்கள் நாடு. உலகுக்கு எழுத்தறிவை அளித்தவர்கள் நாங்கள். மனிதனால் உருவாக்கப்பட்ட முதல் சட்டம் இயற்றப்பட்ட நிலம் இது” என்று தங்களை அறிமுகப்படுத்திக் கொண்டு மேலும் தொடர்கிறது அவர்களது அரசியல் சாசன முகவுரை.

“மதவெறியின் வலிகளை அனுபவித்தோம். அதனால், ஈராக்கில் வாழும் அனைத்து இன மக்களும் துன்புற்றார்கள்,” எனச் சொல்லி அந்தத் தேசத்தில் வாழும் அனைத்து இன, மொழிக் குழுக்களின் பெயர்களையும் பட்டியலிட்டுள்ளார்கள்.

“எங்கள் புனித நகரங்கள் தகர்க்கப்பட்டன. புனித இடங்கள் எரிக்கப்பட்டன” என, ஈராக் நாடு கடந்து வந்த அனைத்துக் கொடுமைகளையும் அரசியல் சாசன முகவுரையில் பட்டியலிட்டிருக்கிறார்கள்.

“எங்களைப் பயங்கரவாதி என்றார்கள், காஃபிர்கள் என்றார்கள். என்றாலும், இந்தத் தேசத்தைக் கட்டியெழுப்பும் எங்களின் முயற்சியை யாராலும் தடுக்க முடியவில்லை. இதோ முதன் முறையாக வாக்குப்பெட்டிகளை நோக்கி அணிவகுத்து நிற்கிறோம். அனைத்து வேறுபாடுகளையும் களைந்து எதிர்காலத்தை ஒன்றிணைப்பதற்காகவும், கடந்த காலத்திலிருந்து பாடம் கற்பதற்காகவும். ஈராக்கின் மக்கள், நிலம் மற்றும் இறையாண்மை ஆகியவற்றில் சுதந்திரமான ஐக்கியத்தைப் பாதுகாக்க இந்த அரசியலமைப்பை உருவாக்குகிறோம்” என முடிகிறது ஈராக் நாட்டின் புதிய அரசியலமைப்பு சாசனம்.

“Marched for the first time in our history towards the ballot boxes by the millions, men and women, young and old, on the thirtieth of January 2005, invoking the pains of sectarian oppression inflicted by the autocratic clique and inspired by the tragedies of Iraq’s martyrs, Shiite and Sunni, Arabs and Kurds and Turkmen and from

all other components of the people, and recollecting the darkness of the ravage of the holy cities and the South in the Sha'abaniyya uprising and burnt by the flames of grief of the mass graves, the marshes, Al-Dujail and others and articulating the sufferings of racial oppression in the massacres of Halabcha, Barzan, Anfal and the Fayli Kurds and inspired by the ordeals of the Turkmen in Bashir and the sufferings of the people of the western region, as is the case in the remaining areas of Iraq where the people suffered from the liquidation of their leaders, symbols, and Sheiks and from the displacement of their skilled individuals and from drying out of its cultural and intellectual wells, so we sought hand in hand and shoulder to shoulder to create our new Iraq, the Iraq of the future, free from sectarianism, racism, complex of regional attachment, discrimination, and exclusion."

இதை வாசிக்கப் போகும் எதிர்கால ஈராக்கியக் குழந்தைகளும், இளைஞர்களும், தங்கள் கைகளில் இருக்கும் ஜனநாயக முறையை எவ்வாறு எதிர்கொள்வார்கள்? அது குறித்து எப்படி அக்கறை கொள்வார்கள் என, நான் சொல்லி நீங்கள் தெரிய வேண்டியதில்லை.

ஐயோ இவ்வளவு கொடுமைகளுக்கு அப்பால் அப்படியான உயிர்ச்சேதங்கள் மீண்டும் நிகழக் கூடாது என்கிற எண்ணத்தில் கிடைத்த இந்த மக்களாட்சி முறையை, சுதந்திரக் காற்றை, பொறுப்போடு பாதுகாக்க வேண்டும். மதம் இனம் சார்ந்த உணர்வுகளையும், தன் தேசிய இன அடையாளங்களையும் கொஞ்சம் தளர்த்தி, உண்மையான மேன்மையான குடிமகன்களாக வாழ உறுதியாக முயற்சிப்பார்கள்.

மேலும், அனைத்து இன மக்களுக்கும் ஏற்பட்ட இழப்பைப் பகிரங்கமாக அறிக்கையிடுவது வாயிலாக, கடந்த கால வலிகளை மறக்கவும், மன்னிக்கவும் முகவுரையில் நினைவுக் குறிப்பாக எழுதப்பட்ட வரலாறு உதவும். கடந்து வந்த பாதையின் கொடூர வடுக்களுக்கு ஆறுதலாக அமையும்.

இப்படியாக ஈராக்கின் முகவுரை, அந்த மக்கள் கடந்து வந்த கொடுமையான கடந்த காலங்களை உரைத்து, அந்தத் தீய நினைவுகளை ஆவணமாகவும் ஆக்கிக் கொள்கிறது.

இந்திய அரசியல் சாசன முகவுரையில் உள்ள '*Constitute*' என்ற சொல், அதாவது 'கட்டமைக்கப் போகிறோம்' என்கிற சொல் நமக்கு உணர்த்துவது என்ன? 'கட்டமைக்கப் போகிறோம்'என்றால், ஏற்கனவே இருக்கும் ஒன்றிலிருந்து புதியதானதை உருவாக்கப் போகிறோம் எனப் பொருள். இதுவரை நடைமுறையில் இல்லாத புதிய பாதையை, வழிமுறையை உருவாக்கப் போகிறோம் எனப் பொருள். எப்படி ஈராக்கிய தேச மக்கள் தங்களின் முகவுரையில் சொல்கிறார்களோ அதற்கு ஈடான உணர்வே இந்தச் சொல்லுக்குப் பின் உள்ளது.

அரசியல் சாசனத்திற்கு முன் உள்ள இந்தியா வேறு, அரசியல் சாசனத்திற்குப் பிறகான இந்தியா வேறு எனப் பொருள். அப்படியென்றால் எதைக் கட்டமைக்கப் போகிறோம் அல்லது எதை உருவாக்கப் போகிறோம் என்கிற கேள்வி இயல்பாக எழுகிறது அல்லவா? எது இல்லையோ, எது தேவையோ அதைத்தான் கட்டமைக்க முடியும். அது எவை என்பதை சொல்கின்றன இந்தப் புத்தகத்தின் அடுத்தடுத்தப் பக்கங்கள்.

10. அனுபவிக்கும் அதிகாரம்

இந்த உலகில் வாழும் எல்லா உயிரினங்களும், தனக்குத் தேவையான உணவு மற்றும் பாதுகாப்பு பொருட்டு, தனக்கான வெளியைத் தனது கட்டுப்பாட்டுக்குள் வைத்துக் கொள்ள இயல்பாகவே உந்தப்படுகிறது. அதன் வெளியை மற்றவர்கள் அத்துமீறும் பொழுது எதிர்த்துப் போராடுகின்றன. இந்தக் குணம் மிகச் சிறிய பாக்டீரியாவிலிருந்து பெரிய யானை வரை அனைத்து உயிரினங்களிடமும் உள்ளது.

இதைப் போலவே மனிதர்கள் தங்களுக்கான வெளியை உருவாக்கிக் கொள்கிறார்கள். ஊராக, நகரமாக பெரிய தேசமாக ஒன்றிணைய முடிகின்ற மனிதர்கள், தங்களுக்கான அதிகார உரிமைக்கான வெளியை உருவாக்கிக் கொள்கிறார்கள். இதன் மூலம் குறிப்பிட்ட நிலப்பரப்புக்குள் தங்களின் சுதந்திரத்தை, வர்த்தகங்களை, இதர பரிமாற்றங்களை, தேவையான அதிகாரத்தைச் செலுத்த முடிகிறது. இப்படியானவற்றை கூட்டாக, எந்தத் தடையுமின்றி அனுபவிக்கும் முறைதான் 'இறையாண்மை' ஆகும். ஆங்கிலத்தில் '*sovereignty*' என்பார்கள்.

உலகின் பல நாடுகளின் அரசியலமைப்பு முகவுரையில் இந்தச் சொல் இடம் பெற்றுள்ளது. இதன் மூலம், "இந்தத் தேசம் யாருக்கும் அடிமை நாடு அல்ல. மற்றவர்களின் ஆட்சி அதிகாரக் கட்டுப்பாட்டுக்குள் உள்ள நாடு அல்ல"

என்பதை உலகிற்குத் தெரிவித்துக் கொள்கிறார்கள். குறிப்பிட்ட நிலப்பரப்புக்குள் அங்கு வாழும் மனிதர்கள் அவர்களின் செயல்பாடுகளை சுதந்திரமாக அனுபவிக்க முடியும் என வரையறுத்துக் கொள்கிறார்கள்.

இறையாண்மை என்றால், ஏதோ நமக்கும் இந்தச் சொல்லுக்கும் சம்பந்தம் இல்லாத மாதிரித் தோன்றும். ஆனால், தமிழக மீனவர்களுக்கு, இறையாண்மை பிரச்சனை நேரடியாக அவர்களின் வாழ்வாதாரத்தைப் பாதிக்கும்.

நமது தமிழ்நாட்டு மீனவர்கள் அடிக்கடி இலங்கை ராணுவத்தினரால் துன்புறுத்தப்படுவது, சுட்டுக் கொலை செய்யப்படுவது வேதனையான செய்திகளாக நம் நெஞ்சில் வந்து பாயும். இந்தக் கொடுமை ஏன் தொடர்ந்து நடந்து கொண்டிருக்கிறது என நம் மனம் பதைபதைக்கும். தமிழக மீனவர்கள் பலர் இந்தியாவிற்கும் இலங்கைக்கும் இடையிலான கடற்பரப்பையே தங்களுடைய மீன்பிடிக்காக நம்பியுள்ளனர். கண்ணுக்குத் தெரியாத கடல் எல்லைகளைத் தாண்டியதற்காக அவர்கள் கைது செய்யப்படும்போது, அவர்கள் சட்ட மற்றும் நிதி நெருக்கடிகளை எதிர்கொள்வது மட்டுமல்லாமல், அவர்களின் குடும்பங்களும் சமூகங்களும் வருமான இழப்பால் பாதிக்கப்படுகின்றனர். பாரம்பரியமாக மீன் பிடித்து வந்த கடல் பரப்பானது இந்தியா, இலங்கை என இறையாண்மை கொண்ட நாடுகளாக உருவான பின், அந்த நீர்ப் பரப்பினுள் உள்ள வளங்களை அனுபவிக்கச் சிக்கல் உருவாகிவிட்டது. இரு நாட்டின் மீனவர்களின் வாழ்வாதாரங்களையும் பாதிக்க ஆரம்பித்தது.

இப்போது, இந்தியர்களாகிய நாம், இந்தியாவின் அனைத்து மாநிலங்களுக்கும் சென்று தொழில் செய்யலாம், வேலை பார்க்கலாம். ஆனால், இந்தியா எனும் இறையாண்மை கொண்ட நாடு உருவாகுவதற்கு முன் இப்படித் தொழில் செய்ய முடியாது. அப்போது, இந்தியாவின் எந்த மாநிலத்திற்கும் சென்று வர நினைப்பது, எளிதாக நடக்கும் காரியம் அல்ல. இப்படி ஒரு தேசத்தின் இறையாண்மை அந்தத் தேசத்தில் வாழ்கிறவர்களின்

வாழ்வாதாரத்தை மாற்றி அமைக்கும் வல்லமை கொண்டது. வளங்களை அனுபவிக்கும் அதிகாரத்தைப் பற்றியது.

அரசியல் சாசன முகவுரையில் 'இறையாண்மை' என்ற சொல் "இந்தியா ஒரு சுயாதீன நாடு. எந்த ஒரு நாட்டிற்கும், மத கோட்பாட்டிற்கும், அரசியல் கொள்கைக்கும் அடிமை அல்ல" என்பதைப் பறைசாற்றுகிறது. "இங்கு வாழும் அனைத்து இன, மொழி, மதம் சார்ந்த மக்களுக்கும் இந்த நாடு சொந்தம்" என்கிறது.

எப்படி ஒரு செல் பாக்டீரியா தனது வெளியை நிர்வகித்து, அதைப் பாதுகாக்கிறதோ, அதுபோல் ஒரு நிலப்பரப்பில் வாழும் மக்கள் தங்களுக்கான வெளியாக ஒரு தேசத்தை உருவாக்கிக் கொள்கிறார்கள், அந்த வெளியை யாருக்கும் விட்டுத்தர விரும்பாதவர்களாகச் செயல்படுகிறார்கள். இப்படியானச் செயல்பாட்டு உணர்வே 'இறையாண்மை' *(sovereignity)* ஆகும்.

"இந்திய மக்களாகிய நாங்கள் யாருக்கும், எவருக்கும், எந்த நாட்டினருக்கும், மதக் கோட்பாடுகளுக்கும், இன்னும் எதற்கும் அடிபணியாத 'இறையாண்மை' கொண்ட நாடாக உறுதியோடு இந்தியாவை கட்டமைக்கப் போகிறோம்" என்பதைக் குறிக்கிறது "*We, The People of India, Having Solemnly Resolved to Constitute India into a Sovereign*" என்கிற அரசியல் சாசன முகவுரையின் வரிகள்.

மேலும், "இந்தியாவை இறையாண்மை கொண்ட நாடாக அறிவித்து, அனைத்து மக்களும் சுதந்திரமாக வாழ்வதற்கும், யாரும் எவரும் எதனின் பொருட்டும் எந்தக் குறுக்கீடுகளும் இல்லாமல் இன்றும் நாளையும் வாழும் உரிமையை வலியுறுத்துகிறோம்" என வாக்குறுதி அளிக்கிறது.

11. பொதுவுடைமை கொள்கைக்கு 'யெஸ்' பொதுவுடைமை ஆட்சி முறைக்கு 'நோ'

கியூபா நாட்டு சுருட்டு உலகப் புகழ்பெற்றது. விலையும் அதிகம். திராட்சையில் இருந்து எடுக்கப்படும் வைன் அருந்துவது போல் கியூபா நாட்டின் சுருட்டைப் புகைப்பது ஆடம்பரமானதாகக் கருதப்படுகிறது. இந்த சுருட்டுவிற்குத் தனித்துவச் சுவை தருவது கியூபா நாட்டு மண்ணில் விளையும் புகையிலையும் அவற்றைப் பதப்படுத்தும் கியூபாவின் பாரம்பரிய முறையும்தான்.

இந்தச் சுருட்டை உருவாக்கத் தேவையான புகையிலைகளை விளைவிக்கும் கியூபா நாட்டு வேளாண் குடிகளே இந்தச் சுருட்டுக் கலைக்குச் சொந்தக்காரர்கள். இப்படி உலகச் சந்தையில் விலை அதிகமாக விற்கப்படும் கியூபாவின் சுருட்டைச் செய்யும் வேளாண் மக்கள் பெரும் செல்வந்தர்களாக இருப்பார்கள் என நினைத்தால், அது தவறு. காரணம், கியூபா ஒரு சோஷியலிச நாடு. சமூக, அரசியல், பொருளாதாரம் அனைத்தும் சோசலிஷ கோட்பாடுகள் அடிப்படையில்தான் அந்நாட்டில் செயல்படுகிறது. எனவே, அங்கே அனைத்தையும் அரசாங்கமே நிர்வகிக்கும். தனிநபர் அளவுக்கு மீறிய சொத்துக்கள் சேர்க்க முடியாது. எனவே, புகையிலை பயிர் செய்கிறவர் அரசிடம் நிலம் வாங்கி, அதில் புகையிலை பயிரிட்டு, மொத்த விளைச்சலில் 10 சதவிகிதம் தவிர்த்த மற்றதை அரசிடம் அளித்து விடவிடும். அரசு அதை விற்பனை செய்யும்.

மருத்துவம், கல்வி அனைத்தும் இலவசம். விவசாயிகளின் சொந்தப் பயன்பாட்டுக்கு அந்த 10% மட்டுமே. இப்படியான முறைகள் கொண்டது கியூபா சோஷியலிச அரசு.

கியூபா நாடு போல சோஷியலிச அரசு முறை உள்ள நாடுகள் இன்னும் சில உள்ளன. குறிப்பாக சீனா, வியட்நாம், லாவோஸ், வட கொரியா. அவர்களுடைய அரசியல் சாசன முகவுரையில் தங்கள் நாடு ஒரு சோஷியலிச நாடு என பிரகடனப்படுத்திக் கொள்வது மட்டுமல்லாமல், அங்கு உள்ள அரசாங்கமும் பொதுவுடமை கோட்பாட்டின்படி செயல்படுகிறது. தனியார் நிறுவனங்களின் எண்ணிக்கை குறைவாக இருக்கும். பெரும்பாலான நிறுவனங்களை அரசே நடத்தும்.

இந்திய அரசியல் சாசன முகவுரை பற்றி பேசிக் கொண்டிருக்கும் இந்தப் புத்தகத்தில் எதற்கு கியூபா கதை இருக்கிறது? கியூபாவின் அரசு சோஷியலிச அரசு. தனியாருக்கு சொத்துரிமை கிடையாது என்பது அந்நாட்டின் அடித்தளமானக் கொள்கை. இந்தியாவும் கியூபாவைப் போல ஒரு சோஷியலிச நாடாக இருந்திருந்தால் இன்று ரிலையன்ஸ், அதானி, டாடா போன்ற பெரும் பணக்காரர்கள் இருந்திருக்க மாட்டார்கள். இன்று நாம் பின்பற்றும் சந்தைப் பொருளாதாரம் நடைமுறையில் இருந்திருக்காது.

இந்திய அரசியலமைப்பு சாசனம் உருவாக்கப்படும்போது, கியூபா போன்ற சோசியலிஷ நாடாக இந்தியா இயங்க வேண்டும் என்று சிலர் கனவு கண்டனர். பலர் விரும்பினர். இந்திய அரசியலமைப்பை உருவாக்குவதற்காக அமைக்கப்பட்ட அரசியலமைப்பு நிர்ணய சபையில் இது குறித்து விவாதமும் நடந்தது.

பன்முகத் தன்மை கொண்ட இந்தியா, சோஷியலிச சமூகமாக ஏழை, பணக்காரன் என்ற ஏற்றத்தாழ்வு இல்லாத நாடாக மாற வேண்டும் என, இந்திய அரசியல் சாசன நிர்ணய சபையில் பலரும் விரும்பினார்கள். அதுபோல், சோஷியலிச முறைப்படி நாம் செயல்படக் கூடாது. அப்படிச் செயல்பட்டால், அன்றைய

ரஷ்யா போல நம் நாடும் அமைந்துவிடும் என, தங்கள் தரப்பு வாதங்களை பலர் எடுத்து வைத்தனர்.

அதே வேளையில், சோஷியலிச கொள்கை முன்வைக்கும் ஏழை, பணக்காரன் என்கிற பாகுபாடு இல்லாத, அந்த இடைவெளி குறைவாக உள்ள சமூகமாக இந்தியா அமைய வேண்டும். ஆனால், சோஷியலிச நாடாகச் செயல்படக் கூடாது என பெரும்பாலானோர் முடிவு செய்தனர்.

இது குறித்து டாக்டர் அம்பேத்கர் பதில் அளித்தார். அதில், "இந்தியாவில் எப்படியான ஆட்சி முறை நடக்க வேண்டும் என்பதை முறைப்படுத்துவது மட்டுமே அரசியல் சாசனத்தின் வேலை. தொழிலாளர்களுக்கு சரியான கூலி, தேசத்தின் நிர்வாகத் துறைகளை அரசே நிர்வகிப்பது போன்ற சோஷியலிசக் கொள்கைகளும் நமது அரசியல் சாசனத்தில் உறுதி செய்யப்பட்டுள்ளது. இந்தியா ஒரு மக்களாட்சி நாடு. அது சோஷியலிசம் முறையா அல்லது வேறு முறையா என்பதை மக்கள் தீர்மானித்துக் கொள்வார்கள்" என்றார்.

'*Socialisam*' என்பது குறித்து நடந்த விவாதத்தில், அம்பேத்கர் மிக சிறப்பாக பதில் கூறியிருப்பார்.

"It is perfectly possible today, for the majority people to hold that the socialist organisation of society is better than the capitalist organisation of society. But it would be perfectly possible for thinking people to devise some other form of social organisation which might be better than the socialist organisation of today or of tomorrow. I do not see therefore why the Constitution should tie down the people to live in a particular form and not leave it to the people themselves to decide it for themselves."

முதலாளித்துவ முறையை விட சோஷியலிச பொதுவுடைமை முறையை சிறந்ததாக மக்கள் இப்போது கருதலாம். ஒருவேளை பொதுவுடமை முறையை விட வேறோர் சிறந்த முறையை எதிர்காலத்தில் மக்கள் உருவாக்கும் சூழல் எழுந்தால், அந்தச் சூழலுக்கு எதிரானதாக அரசியலமைப்பு சாசனம்

விளங்கக் கூடும். மக்களின் உரிமையைத் தடுக்கக் கூடும். எனவே, சோஷியலிசம் என்கிற சொல் அவசியமில்லை” என்று மறுத்துள்ளார் அம்பேத்கர்.

அதனால், அரசியல் சாசன முகவுரையில் சோஷியலிசம் எனும் சொல் தேவை, தேவையில்லை என்பதை முடிவு செய்ய, சபையில் ஓட்டெடுப்புக்கு நடத்தப்பட்டது.

ஓட்டெடுப்பில் பெரும்பாலோனோர் சோஷியலிசம் அதாவது பொதுவுடைமை என்கிற சொல் முகவுரையில் இடம்பெற வேண்டாம் என ஓட்டளித்தனர். இதனால், அந்தச் சொல் முகவுரையில் இடம் பெறவில்லை. ஆனால், இன்றோ, இந்திய அரசியல் சாசனத்தின் முகவுரையில் ‘இந்தியா ஒரு சோஷியலிச நாடு’ என்கிற வரி உள்ளது.

“இது என்ன குழப்பம்? எப்படி நேர்ந்தது இந்தப் பிழை?” என்று எண்ணுகிறீர்களா? குழப்பத்திற்கு விடை காண தொடர்ந்து பயணியுங்கள்.

12. சட்டங்களையும் மாற்ற முடியும்

சட்டங்கள், அரசியல் சாசனங்கள், உருவாக்கிக் கொள்ளும் வழிமுறைகள் யாவும் மனிதர்கள் கூட்டாக இணைந்து வாழ ஆரம்பித்த காலத்திலிருந்தே நடைமுறையில் உள்ளவைதான். இவை காலப்போக்கில் பலவிதமானத் தேவைகளுக்கு ஏற்ப, புதிய பரிணாமம் பெற்று மாறிக்கொண்டே வந்துள்ளன என்பது தான் உண்மை. அதாவது, இன்று சரியாக உள்ளது நாளை தவறாக மாறலாம். இன்று தவறாக உள்ளது நாளை சரியானதாக மாறலாம்.

அதேவேளையில், நாட்டின் இறையாண்மையைக் காக்க வல்ல சட்டங்கள் புனிதமானவை எனக் கருதப்படும் நிலையில் அவற்றை மாற்ற முடியாத சூழலும் உண்டு. உதாரணமாக, கடவுள் அருளிய சட்டங்களை, புனித நூல்கள் சொல்லும் சட்டங்களை, எளிதாக மாற்ற முடியாது. உச்சபட்சமாக அந்தச் சட்டம் சொல்லும் பொருள் அல்லது கருத்தை சிறிது மாற்றுவார்கள், அவ்வளவுதான். மற்றபடி, யாரோ ஒருவர் இயற்றிய சொற்களை நீக்கவோ அழிக்கவோ மாற்றி அமைக்கவோ முடியாது.

உலகில் மாறாமல் எதுவும் இல்லை. மாற்றத்தின் வேகம், மாற்றத்தின் அளவுதான் மாறுபடும். ஆனால், மாற்றம் என்பது தொடர் செயலாக இயங்கிக் கொண்டே இருக்கிறது.

இப்படியான இயற்கையின் இயக்கத்தில் மனிதர்கள் எழுதி வைக்கும் கருத்துகள், சட்டங்கள் மட்டும் எப்படி மாறாமல் இருக்க முடியும்? இயற்கையின் இந்த இயல்புத்தன்மைக்கு நேர்எதிராக சட்டங்களையும் முறைமைகளையும் மாற்றாமல் தொடர்வது எப்படி?

“எங்கள் சட்டம் ஆதி முதல் அந்தம் வரை யாராலும் மாற்ற முடியாத ஒன்று” என எப்படிச் சொல்ல முடியும்? அப்படி மாறாமல் தொடர வேண்டும் என்றால் அந்தச் சட்டங்கள், அதில் உள்ள கருத்துக்கள் அப்படியே நீடித்திருக்க அதிகார பலம் வேண்டும். அதிகாரத்தைக் கொண்டுதான் எதையும் மாறாமல் வைக்க முடியும்.

மாற்றவே முடியாது, மாறவே மாறாது எனக் கருதப்படும் அனைத்து முறைகளும் வன்முறைதான். இப்படியாக மாற்றவே முடியாத புனிதச் சட்டங்களை, அரசர்களின் ஆணைகளை, நீதி அரசர்கள் எழுதிய சட்டங்களை மாற்ற ஒரே வழி, அதிகாரத்தில் இருப்பவர்களை அகற்றுவதுதான். பெரும்பாலும் உள்நாட்டுக் கலகம் வெடித்து அதிகாரத்தில் இருப்பவர் தூக்கி எறியப்பட்டு, அவர்களது சட்டங்களை அவர்களோடு சேர்த்து புதைத்த பின், புதுச் சட்டங்களை புதிய ஆட்சியாளர்கள் உருவாக்குவார்கள்.

எனவே, சட்டங்களை மாற்ற வேண்டுமென்றால், ஆட்சியாளர்களுக்கு எதிரான புரட்சி வேண்டும், வன்முறை வேண்டும். இதுதான் நவீன காலத்திற்கு முந்தைய கால கட்டத்தின் நிலை. உலகின் பல நாடுகளில் இது நடந்தேறி உள்ளது. ஆங்கிலேயர் ஆட்சிக்கெதிரான இந்திய விடுதலைப் போராட்டமும் இதற்கு விதிவிலக்கல்ல!

இப்படியான தொடர் ஆட்சிக் கவிழ்ப்பு, போர்கள், உள்நாட்டுக் கலகங்கள் உள்ளிட்ட வன்முறைக்குத் தீர்வாக நவீன உலகம் கையாண்ட உத்திதான் ‘சட்டங்களை மாற்ற உதவும் சட்டங்கள்’. என்றாலும், தற்போதுள்ள சட்ட முறைகளில், எதிர்காலத்தில் என்னென்ன இடையூறுகள் வரும் என்று அனைத்தையும் கணித்து, அரசியலமைப்புச் சட்டத்தை வடிவமைப்பது இயலாத காரியம்.

எனவே, அரசியலமைப்புச் சட்டத்தை திருத்துவதற்குறிய வழிமுறைகளையும் அரசியலமைப்போடு இணைத்துவிட்டால், அதே அரசியலமைப்புச் சட்டங்களை எதிர்காலத்திற்கு ஏற்ப திருத்துவதன் மூலம் அரசியல் சாசனத்தை என்றென்றும் உயிருள்ள ஆவணமாகத் தொடரலாம். இதன் வாயிலாக காலத்திற்கு ஏற்ற வகையில், மக்களின் கோரிக்கைக்கு ஏற்ற வகையில், அவ்வப்போது தேவையான சட்டங்களை ஜனநாயக முறையில் மாற்றிக்கொள்ள முடியும். இப்படிச் செய்வதால், வன்முறை, கலவரம் எனும் சூழல் எழுவதற்கு அவசியமில்லாமல் போகும்.

நவீன உலகத்தில், தற்போத நடைமுறையில் உள்ள சட்டங்களுக்கும் பண்டைய காலத்து சட்டங்களுக்கும் உள்ள மிக முக்கிய வேறுபாடு இதுதான். அதாவது, நாம் உருவாக்கிய சட்ட முறைகளை நாமே முறைப்படி மாற்ற முடிகின்ற ஏற்பாடு கொண்டவை நவீன கால சட்டங்கள். இந்த ஏற்பாடுதான் நவீன சட்டங்களுக்குள் இருக்கும் தலை சிறந்த பண்பு.

நாம் உருவாக்கிய சட்டங்களை நாமே முறைப்படி மாற்ற முடியும் என்கிற நம்பிக்கையை இது அளிப்பதால் உள்நாட்டுக் கலவரம், அரசுக்கு எதிரான வன்முறை, அதிகாரத்தில் இருப்பவர்களை வன்முறையாக தண்டித்தல் போன்ற நிகழ்வுகள் பழைய காலம் போல அதிகளவில் இல்லாமல், மிகச் சொற்பமான அளவிற்கே தற்போது நடந்து கொண்டிருக்கிறது.

அரசியலமைப்பு சட்டங்களைத் திருத்துவதற்கான நடைமுறை பண்டைய காலங்களிலும் உலகின் பல இடங்களில் இருந்துள்ளன என்றாலும், நவீன காலத்தில் இதைச் சிறப்பான முறையில் முறைப்படுத்திக் காட்டியது அமெரிக்காதான். பிரித்தானிய காலனி ஆதிக்கத்தில் இருந்து வெளியேறிய பின், அமெரிக்க மாகாணங்கள் அனைத்தையும் இணைத்து உருவாக்கியதுதான் *'United States of America'* எனும் நாடு. அமெரிக்கர்கள் உருவாக்கிய அரசியல் சாசனம் தான் இன்று பல நாடுகளுக்கும் முன்மாதிரியாக உள்ளது. -1787 ஆம் ஆண்டு, செப்டம்பர் 17ஆம் நாள் நடைமுறைக்கு வந்த இந்த

அமெரிக்க நாட்டு அரசியல் சாசனம் அந்தந்த காலத்திற்கு ஏற்றத் திருத்தங்களை ஏற்றுக்கொண்டு, இன்று வரை உயிருள்ள ஆவணமாகத் திகழ்கிறது.

இந்திய அரசியல் சாசனம் உருவாக்கப்பட்டு, *1949* ஆம் ஆண்டு, நவம்பர் *26* ஆம் நாள் நமக்குக் கையளிக்கப்பட்டு இருந்தாலும், மக்கள் நினைத்தால், அதில் மாற்றங்களைக் கொண்டு வர முடியும். அதனால்தான், இந்திய அரசியல் சாசனத்தின் முகவுரை எழுதப்படும்போது இல்லாதிருந்த 'சோஷியலிஸ்ட்' *(Socialist)* என்ற சொல், அரசியலமைப்பு சட்டத்தின் *42*-வது சீர்திருத்தத்தின் வாயிலாக *1976* ஆம் ஆண்டு இணைக்கப்பட்டது. *(The Constitution 42nd Amendment) Act, 1976).*

இந்தச் சொல் இணைக்கப்பட்டதால் கியூபாவின், சீனாவின் பொதுவுடைமை, பொருளாதாரத்தைப் போல இந்தியாவின் அரசியல் முறைகளில் மாற்றங்கள் எதுவும் நடக்கவில்லை. இந்தியா இன்று ஏற்றிருக்கும் பொருளாதாரக் கொள்கை சந்தைப் பொருளாதாரம். இந்த 'சோஷியலிசம்' என்ற சொல்லுக்கு அமெரிக்கா போல அனைத்துத் துறைகளையும் இந்தியா தனியார் மயமாக்காது. கியூபா போல அனைத்துத் துறைகளையும் அரசே நிர்வகிக்காது. நமது தேவைக்கு ஏற்ப தகவமைத்துக் கொள்ளும் என்பதுதான் இந்த 'சோஷியலிசம்' என்கிற சொல்லுக்கு பின் இருக்கும் செயல் வடிவம்.

13. ‘செக்குலர்’

நாடாளுமன்ற, சட்டமன்ற உறுப்பினர்கள் பதவியேற்கும் முன் உறுதிமொழி கூறுவது வழக்கம். இந்திய அரசின் அதிகாரப் பதவிகளை ஏற்றுக் கொள்ளும்முன், இப்படியான பதவியேற்பு நிகழும். அந்தப் பதவியேற்பு நிகழ்வுக்கென சில முறைகள் உண்டு.

ஒரு நாடாளுமன்ற அல்லது சட்டமன்ற உறுப்பினர் கடவுள் பெயரால் உறுதிமொழி எடுக்கலாம். அல்லது ‘உளமார’, ‘மனசாட்சியின்படி’ எனக் கூறியும் உறுதிமொழி எடுக்கலாம். ‘உளமார’ மற்றும் ‘மனசாட்சியின்படி’ என்கிற சொல்லுக்கு பின் ஒரு வரலாறு உள்ளது.

இந்த ‘உளமார’ உறுதி ஏற்பது *(Solemn Affirmation)* என்பது எளிதாகக் கிடைத்த வாய்ப்பு அல்ல. பிரிட்டன் நாடாளுமன்றத்தில் ஒரு தனி மனிதனின் மிகப்பெரிய ஜனநாயகப் போராட்டத்தாலே இந்த உரிமை கிடைத்தது. அவர் பெயர் ‘பிராட்லா’ *(Mr. Bradlaugh)*.

இறை மறுப்பாளரான பிராட்லா, மதச்சார்பின்மைக் கொள்கையில் நம்பிக்கைக் கொண்டவர். அதற்கான அமைப்பையும் நடத்தியவர். இங்கிலாந்து நாடாளுமன்ற உறுப்பினராக அவர் பதவியேற்கும்போது, “உண்மையான நம்பிக்கையுள்ள கிறிஸ்தவனாக கடவுளின் பெயரால்

உறுதியேற்கிறேன்" எனச் சொல்வதற்கு மறுப்புத் தெரிவித்தார். கடவுள் பெயரால் உறுதியேற்க மறுத்ததால், அவரை அதிகாரப்பூர்வ உறுப்பினராக நாடாளுமன்றத்தால் அங்கீகரிக்க முடியவில்லை. மசோதாக்கள் மீதான அவரது வாக்குரிமையும் நிராகரிக்கப்பட்டது. சட்டத்தை மீறியதாகக் கைது செய்யப்பட்டு சிறைவாசம் அனுபவித்தார்.

ஆனாலும், தன் நிலையில் உறுதியாக இருந்த பிராட்லா, மாற்று வகையில் உறுதிமொழி ஏற்க வழி செய்யவேண்டும் என்பதை வலியுறுத்தினார். இதையடுத்து, 1880 ஆம் ஆண்டு ஒரு தேர்வு 'கமிட்டி' அமைக்கப்பட்டது. பின்னர், இரண்டாவது தேர்வு 'கமிட்டி'யும் அமைக்கப்பட்டது. கடவுளை மறுத்து உறுதிமொழி ஏற்பதா என பெரும்பாலான இறை நம்பிக்கை கொண்ட உறுப்பினர்கள் பிராட்லாவுக்கு எதிரான கருத்துக்களை தெரிவித்து வந்தனர். பிராட்லாவின் போராட்டம் தொடர்ந்தது.

அரை மாமாங்க காலப் போராட்டத்திற்குப் பிறகு, 1886ல் கடவுளின் மீது ஆணையாக என்பதற்குப் பதிலாக, *'Solemn Affirmation'*, அதாவது, 'உளமார' (மனசாட்சியின் படி) உறுதி கூறி பதவிப் பிரமாணம் எடுப்பதற்கு பிராட்லா அனுமதிக்கப்பட்டார். அதன் பின்னர், உரிய சட்டத்திருத்தத்தின் மூலம் பிரிட்டன் நாடாளுமன்றத்தின் இரு அவைகளிலும் கடவுள் பெயராலோ, உளமாரவோ உறுதியேற்க அனுமதி வழங்கப்பட்டது.

இதுபோல இந்திய நாட்டின் ஜனாதிபதி பதவி ஏற்கும் முறை குறித்து அரசியல் சாசனத்தில் முறைப்படுத்தி வைத்துள்ளார்கள். குறிப்பாக, அவர் பதவி ஏற்கும்போது என்ன உறுதிமொழி சொல்லி பதவியேற்க வேண்டும் என்பது உட்பட பல விஷயங்களை நம் அரசியல் சாசனத்தில் முறைப்படுத்தி வைத்துள்ளார்கள்.

இந்த உறுதிமொழி எப்படி இருக்க வேண்டும் என்பதற்கான முன் மாதிரி வரைவு ஒன்றை அம்பேத்கர் தலைமையிலான அரசியலமைப்பு வரைவுக் குழுவில் இடம் பெற்றிருந்த உறுப்பினர்கள், அரசியல் சாசன நிர்ணய மன்றத்திடம் சமர்ப்பித்தனர்.

இப்படித்தான் அரசியல் சாசனத்தின் ஒவ்வொரு பிரிவுகளையும், கூறுகளையும் வரைவுக் குழு உறுப்பினர்கள் அரசியல் சாசன நிர்ணய சபை உறுப்பினர்களிடம் வைப்பார்கள். அதைக் குறித்து உறுப்பினர்கள் விவாதிப்பார்கள். சிலர் மாற்றுக் கருத்துக்கள் கூறுவார்கள். சிலர் திருத்தங்களை முன் வைப்பார்கள். இறுதியில் முன் வைத்த திருத்தங்கள் மீது வாக்குப்பதிவு நடக்கும். சபையில் இருக்கும் பெரும்பான்மையோர் ஆதரிக்கும் திருத்தம் ஏற்றுக் கொள்ளப்படும்.

இந்திய ஜனாதிபதி பதவியேற்கும்போது கூற வேண்டிய உறுதிமொழி குறித்து அம்பேத்கர் சமர்ப்பித்த கருத்துகளில் ‘உளமாற’ (அ) ‘மனசாட்சியின் படி’ உறுதிமொழி ஏற்கிறேன் எனக் குறிப்பிட்டிருந்தது. ‘கடவுளின் பெயரால்’ என்கிற சொற்கள் இடம்பெறவில்லை. அரசியல் சாசன நிர்ணய உறுப்பினர்கள் இது குறித்து அவர்களின் கருத்துக்களை தெரிவித்தார்கள். அரசியல் சாசன வரைவுக் குழுவினர் வைத்த உறுதிமொழி வடிவத்தில் ‘கடவுள் பெயர் இடம்பெற வேண்டும்’ எனக் கூறினார்கள்.

உறுதிமொழியில் ‘கடவுள்’ என்று வெளிப்படையாகக் குறிப்பிட வேண்டும் எனக் கோரிக்கையே வலுத்தது. ஆன்மீக பூமியான இந்தியாவின் அரசியல் சாசனத்தில் எங்குமே கடவுளின் பெயரைக் குறிப்பிடவில்லை. இது இந்திய மரபுக்கு எதிரானது எனக் கூறப்பட்டது. நமது இந்திய அரசியல் அமைப்பை மத சார்பற்றதாக உருவாக்கியுள்ளோம், அப்படியான அரசியல் அமைப்பில் எப்படிக் கடவுள் பெயர் இடம் பெற முடியும் என எதிர் விவாதம் வைக்கப்பட்டது. தனிநபர் கடவுள் நம்பிக்கையாளராக இருப்பதை அரசியல் சாசனத்தால் கட்டுப்படுத்த முடியாது. “மனிதனால் உருவாக்கப்பட்ட இந்த அரசியல் சாசனத்திற்கு புனிதமான கடவுளின் பெயரை இழுக்காதீர்கள்” என சிலர் எதிர்ப்பு தெரிவித்தார்கள்.

இது குறித்து அம்பேத்கர் பேசும்போது, - “சிலர் கடவுளின் பெயரால் சத்தியம் செய்ய விருப்பப்படுவார்கள். கடவுளின் பெயரால் சத்தியம் செய்தால், கடவுளின் ஆசீர்வாதம்

கிடைக்கும் என நம்புகிறார்கள். கடவுளின் பெயரைச் சொல்லித் தொடங்கும் செயலுக்கு கடவுள் அனுமதி கிடைக்கும் என்றும் நம்புகிறார்கள்.

அதுபோல, ஒரு செயலை செய்யும் முன் தங்கள் மனசாட்சியின் அங்கீகாரமும் அனுமதியும் இருந்தால் போதும். பக்க பலமாக செயல்பட ஒரு காவலராகவோ அல்லது காவலாளியாகவோ கடவுள் போன்ற வெளிப்புற சக்தி தேவையில்லை. தங்கள் மனசாட்சியிலிருந்து வெளிவரும் உறுதியான உறுதிமொழியே போதுமானது என்று இன்னும் சிலர் கருதுகிறார்கள்.

இங்கிலாந்து நாட்டில் 'கடவுள் பெயரால்' உறுதிமொழி ஏற்கமாட்டேன் எனச் சொன்னவரை, அந்த நாட்டின் இறை நம்பிக்கையாளர்கள் என்ன பாடுபடுத்தினார்கள் என அனைவருக்கும் தெரியும். அதே சூழலை இங்கும் நாம் உருவாக்கி விடக்கூடாது. எனவே, கடவுள் நம்பிக்கையாளர்கள் கடவுளின் பெயராலும், கடவுள் பெயரால் உறுதிமொழி எடுக்க விரும்பாதவர்கள் 'உளமார' (அ) 'மனசாட்சியின் படி' எனக் கூறியும் உறுதிமொழி எடுக்கலாம்" என தனது கருத்தை தெரிவித்தார்.

பின்னர், "கடவுள் பெயரைச் சேர்க்கலாமா, வேண்டாமா" என்பதற்கு அரசியல் சாசன நிர்ணய மன்றத்தில் ஓட்டெடுப்பு நடத்தப்பட்டது. அதில் பலர் ஆதரவு தெரிவித்த பெயரில் இந்திய ஜனாதிபதி பதவியேற்கும் முன் அவர் ஏற்கும் உறுதிமொழி கீழ் கண்டவாறு மாற்றி அமைக்கப்பட்டது.

I, , (பெயர்........................ .A.B)., do swear in the name of God / solemnly affirm that I will faithfully execute the office of President (or discharge the functions of the President) of India and will to the best of my ability preserve, protect and defend the Constitution and the law and that I will devote myself to the service and well-being of the people of India."

இந்திய அரசியல் சாசனம் ஒரு மதச்சார்பற்ற அரசியல் சாசனமாக உருவாக்கப்பட்டிருந்தாலும். அதில் இருக்கும் 'மதச்

சார்புற்ற' தன்மையின் மீது பெரும் அதிருப்தி நிலவியிருக்கிறது. மதச்சார்பற்ற கருத்திற்கு மாற்றுக் கருத்து கொண்டவர்களும் இந்திய அரசியல் சாசன நிர்ணய மன்றத்தில் இருந்திருக்கிறார்கள் எனத் தெரிகிறது. ஆனாலும், இந்தியா மதச்சார்பற்ற நாடு என்பதற்கு கடவுளை ஏற்காத அரசு என பொருள் அல்ல. மதங்களைத் தடை செய்யும் அரசும் அல்ல. தனி நபரின் மத நம்பிக்கைகள் மீது கட்டுப்பாடு விதிக்கும் அரசும் அல்ல.

இதன் உண்மையான பொருள், "அரசின் செயல்பாடுகளில், அதன் முடிவுகளில், அதன் திட்டங்களில், பொது காரியங்களில் எந்த மதத்தின் குறுக்கீடும் இருக்காது" என்பது மட்டுமே. என்றாலும், இந்த 'மதச்சார்பற்ற' *(Secular)* எனும் சொல், இந்திய அரசியல் சாசன முகவுரை எழுதப்படும்போது குறிப்பிடவில்லை.

காரணம், "மதச்சார்பற்ற நாடாக இந்த அரசு இயங்க வேண்டிய அத்தனை அம்சங்களையும் அரசியல் சாசனத்தில் உருவாக்கியுள்ளோம். எனவே, 'மதச்சார்பற்ற அரசு' இது என, தனித்துச் சொல்லத் தேவையில்லை எனக் கருதியே, ஆரம்பத்தில் இந்தச் சொல் முகவுரையில் இடம் பெறவில்லை. ஆனால், இன்று நீங்கள் இந்திய நாட்டின் அரசியல் அமைப்பின் முகவுரையை வாசித்தால் இந்தச் சொல் இடம்பெற்றிருக்கும்.

நமது அரசியல் சாசன திருத்த முறைகளைப் பின்பற்றி 1976ஆம் ஆண்டு, அரசியல் சாசன முகவுரையில் 'மதச்சார்பற்ற'*(Secular)* எனும் சொல் இணைக்கப்பட்டது.

14. ஜனநாயகம் VS குடியரசு

இந்தியாவை ஜனநாயக குடியரசு நாடாக கட்டமைக்கிறோம் என்பதுதான் அரசியல் சாசன முகவுரையின் முதல் வரியின் சாரம். இதில் ஜனநாயகம் என்பது நமக்குத் தெரியும். அதாவது, மக்களால் தேர்ந்தெடுக்கப்படும் நபர்களிடம் ஆட்சி அதிகாரத்தை வழங்குவது 'ஜனநாயகம்'. அப்படியென்றால் 'குடியரசு' என்றால் என்ன?

பெரும்பாலும் 'ஜனநாயகம்' எனும் சொல்லும், 'குடியரசு' எனும் சொல்லும் ஒரே விதத்தில் பயன்படுத்துவதை நம்மால் கவனிக்க முடியும். ஆனால், இரண்டும் ஒன்றல்ல. வேறு விதமான அழைப்பைக் குறிப்பது.

இந்திய குடியரசின் தலைவர் யார் என்றால், அவர் நமது நாட்டின் ஜனாதிபதி. இவர்தான் அரசியல் சாசனத்தின் பாதுகாவலர். குடியரசுத் தலைவரே இந்தியாவின் முதல் குடிமகன். அவருக்குப் பல அதிகாரங்கள் உண்டு. ஆனால், அரசியல் சாசனத்தில் வரையறுக்கப்பட்ட அதிகார எல்லையை மீறி அவராலும் செல்ல முடியாது.

பண்டைய அரசர்களுக்கு இருந்த எதேச்சதிகாரம் போல குடியரசுத் தலைவரால் செயல்பட முடியாது. இந்தியாவின் குடியரசுத் தலைவர் *(President)* என்ற பதவியை இந்தியாவில் யாரால் வகிக்க முடியும்? "ஏதாவது வீரப் பரம்பரையில்

பிறந்தால்தான் ஆக முடியுமா?" என்றால் இல்லை. "அறிவில் சிறந்த குடியில் பிறந்தவரால் மட்டும் தான் ஆக முடியுமா?" என்றால், அதுவும் இல்லை. மாறாக, இந்தியராக இருக்கும் யார் ஒருவராலும் அந்தப் பதவிக்கு வர முடியும்.

மக்களால் தேர்ந்தெடுக்கப்பட்ட 'மக்கள் பிரதிநிதிகள்' வாக்களித்து நம் நாட்டின் குடியரசுத் தலைவரை தேர்வு செய்வார்கள். மேலும், இப்படி தேர்ந்தெடுக்கப்பட்ட குடியரசுத் தலைவரின் ஆட்சிக் காலம் ஐந்து ஆண்டுகள்தான். அவரின் மகனோ, மகளோ இந்தப் பதவியை அவர்களது குடும்ப சொத்தாகக் கருத முடியாது. "இந்த நாட்டை ஆள கடவுள் எங்களை தேர்ந்தெடுத்துள்ளார்" என அதிகாரக் கூடாரம் அடித்து, இந்தப் பதவியில் தங்க முடியாது.

இப்படியாக, ஒரு நாட்டின் தலைவர், மக்களால் தேர்ந்தெடுக்கப்படும் முறை எந்தெந்த நாடுகளில் நடைமுறையில் உள்ளதோ, அந்த நாடுகள் 'குடியரசு' எனப்படும். ஆங்கிலத்தில் இந்த குடியரசை '*Republic*' என்பார்கள்.

"ஜனநாயக முறை என்றாலும் அதுவும் குடியரசு முறைதானே?" என்ற குழப்பம் உங்களுக்கு வரும். எனவே, 'குடியரசு' என்னும் சொல்லை தெளிவுபடுத்த இரு உதாரணங்களைப் பார்ப்போம்.

ஜப்பான் எனும் தேசம் அனைவருக்கும் தெரியும். அந்தத் தேசத்தின் அரசியலமைப்பின் படி, அந்த தேசத்தின் மன்னர் (அ) அரசர் பதவி, பரம்பரையாக ஒரு ராஜ குடும்பத்தினரிடம் மட்டுமே இருக்கும்.

இங்கிலாந்து, ஸ்வீடன் போன்ற நாடுகளிலும் இதே நடைமுறை உண்டு. நம் நாட்டின் குடியரசுத் தலைவரைப் போல அந்த நாட்டின் 'ராஜா (அ) அரசர்' செயல்படுவார். ஆனால், அந்த ராஜாவே அல்லது அரசரோ, நம் நாட்டின் குடியரசத் தலைவரைப் போல, மக்கள் பிரதிநிதிகளால் தேர்ந்தெடுக்கப்படவில்லை.

எனவே, ஜப்பான், இங்கிலாந்து, ஸ்வீடன் போன்ற நாடுகள் குடியரசு நாடுகள் அல்ல என்றாலும், அங்கும்

ஜனநாயக முறைப்படி தேர்தல் நடக்கும். மக்களால் தேர்ந்தெடுக்கப்படுபவர்களிடமே ஆட்சி அதிகாரம் இருக்கும். அரசியல் அமைப்பின் அடையாளத் தலைவராக மட்டுமே, அந்த நாட்டின் அரசர் தொடர்வார்.

பொதுவாக, அரசன் என்றாலே, அவருக்கு எல்லா அதிகாரங்களும் இருக்கும்தானே என நாம் முடிவு செய்து வைத்திருந்தால் அது தவறு. ஜப்பான், இங்கிலாந்து, ஸ்வீடன் உள்ளிட்ட பல நாடுகளில் உள்ள அரசர்களும் அந்நாட்டின் அரசியல் சாசனத்துக்குக் கட்டுப்பட்டவர்கள்தான்.

இந்த முறை ஜப்பானில் எப்படி உருவானது என்பதைக் குறித்துப் பேச வேண்டுமென்றால், இரண்டாம் உலகப் போருக்கு முந்தையக் காலக்கட்டத்திற்கு நாம் செல்ல வேண்டும்.

இரண்டாம் உலகப் போருக்கு முன், ஜப்பான் நாட்டின் பேரரசர் 'ஹிரோஹிட்டோ' அந்த தேசத்தின் அனைத்து அதிகாரங்களையும் கொண்டவராக இருந்தார். அக்காலகட்டத்தில் ஜப்பானில் மன்னராட்சி முறைதான் நடைமுறையில் இருந்தது. மன்னராட்சிக்கு உட்பட்ட அரசின் ஆணைக்கு அடிபணிந்தே ஜப்பான் இரண்டாம் உலகப்போரில் களமிறங்கியது.

'தங்கள் நாட்டு மன்னர் கடவுளுக்கு நிகரான புனிதத்தன்மையை கொண்டவர்' என்றே ஜப்பானியர்கள் நம்பி வந்தனர். இதனால், மன்னரின் உத்தரவிற்கு கட்டுப்பட்டு, இரண்டாம் உலகப்போரில் ஜப்பான் குதித்தது. மன்னர் சொல்கிறார் என்பதால், மறு பேச்சில்லாமல், மக்களும் அதை ஏற்றுக்கொண்டனர்.

ஆனால், இரண்டாம் உலகப் போர் தோல்வி, ஜப்பானிய மக்களை சிந்திக்கத் தூண்டியது. அரசருக்கு அளிக்கப்பட்டிருந்த அனைத்து அரசியல் அதிகாரங்களும் பறிக்கப்பட்டன. மன்னராட்சி முறையிலிருந்து அரசியலமைப்புக்கு உட்பட்ட முடியாட்சி *(Constitutional Monarchy)* முறையாக மாற்றப்பட்டது. ஜப்பான் ஜனநாயக நாடுதான். ஆனால், நம்மைப் போன்ற குடியரசு நாடு அல்ல. அது முடியரசுக்கு உட்பட்ட அரசியலமைப்பைக் கொண்ட நாடு.

நம் நாட்டைப் போல பல்வேறு கட்சிகள் தேர்தலில் போட்டிப் போட்டு, மக்களின் வாக்குகளைப் பெற்று, ஆட்சி அமைக்கும் முறை இல்லாத நாடுகள் பல உள்ளன. ஆனால், அந்த நாடுகளும்கூட குடியரசு நாடாகவே கருதப்படும். அதற்கு உதாரணம் சீனா.

சீனாவின் பிரதமர் பதவி அல்லது அந்த நாட்டின் தலைமை அதிகாரம் கொண்ட பதவி, அந்நாட்டின் எந்த ராஜ குடும்பத்தினருக்கும் சொந்தம் கிடையாது. மக்களிலிருந்து யாரும் அந்தப் பதவிக்கு வர முடியும். ஆனால், சீனாவில் நமது நாட்டைப்போல பொதுத்தேர்தல் கிடையாது. கம்யூனிஸ்ட் கட்சி மட்டுமே அதிகாரத்தில் அமர முடியும். அக்கட்சிக்குள் இருந்து தேர்ந்தெடுக்கப்படுகிறவர் நாட்டின் தலைவராக அல்லது பிரதமராக செயலாற்றுவார். மேலும், ஜப்பானைப் போல சீனாவில் இந்தப் பதவிப் பரம்பரை சொத்து கிடையாது. எனவே, சீனா என்பதும் குடியரசுதான். ஆனால், ஜனநாயகக் குடியரசு அல்ல.

இந்தியாவில் மக்களால் மட்டுமே ஆட்சி செய்ய முடியும் என்ற கட்டமைப்பை நமது அரசியல் சாசனத்தின் வாயிலாக உருவாக்கி வைத்துள்ளோம் என்பதை உறுதிமொழியாகச் சொல்வதுதான் – இந்த *'Democratic Republic'* எனும் சொற்களுக்குள் உள்ள பொருள்.

ஆக *"We, The People of India, Having Solemnly Resolved to Constitute India into a Sovereign Socialist Secular Democratic Republic"* எனும் முகவுரையின் முதல் வரிக்குப் பின் இருக்கும் பொருள்.

"இந்திய மக்களாகிய நாங்கள் உறுதியான, முறையான வகையில், யாருக்கும், எதற்கும் அடிமையாகாத, தனக்கென இறையாண்மை கொண்ட பொதுவுடைமை உணர்வுகளை மதித்து, அனைத்து மதங்களையும் சமமாக பாவிக்கும் ஜனநாயகக் குடியரசாகக் கட்டமைக்கப் போகிறோம்" என்கிற கருத்தையும் உணர்வையும் நமக்குச் சொல்கிறது, நமக்குள் கடத்துகிறது எனச் சொல்ல முடியும்.

பொதுவாக முகவுரைகள் குறித்த புத்தகங்களை வாசிக்கும் பொழுதோ அல்லது அது குறித்த உரைகளை கேட்கும்போதே நமக்கு அதிகம் புரியாது. முகவுரையில் உள்ள ஒவ்வொரு சொற்களையும் விளக்க அரசியலமைப்புக்குள் உள்ள சட்ட ஷரத்துக்களை எடுத்துப் புரிய வைப்பார்கள்.

இது அந்த நேரத்தில் நமக்கு புரிவது போல தோன்றினாலும், சிறிது நேரத்தில் மறந்துவிடுவோம். இது முகவுரையை அரசியல் சாசனத்துக்குள் தேடுகின்ற முறை. அதுவே பொதுவாக அனைவரும் பயன்படுத்தும் முறை. ஆனால், இந்த முறை முகவுரையை நமக்கு நெருக்கம் ஆக்காது. ஆனால், வெளியிலிருந்தும், உலக வரலாற்றிலிருந்தும், இந்தியத் தொன்மையிலிருந்தும் அறிந்து கொள்ளும் பொழுது, நம் முகவுரையின் மீது இயல்பான இணக்கமும் நெருக்கமும் நமக்கு உருவாகுகிறதுதானே? அந்த உணர்வோடு நமது பயணத்தைத் தொடர்வோம். எழுத்தும், வாசிப்பும் முடிவில்லாத தொடர் பயணம்தானே!

15. பெயர் மாற்றம் - பண்பு மாற்றம்

எல்லா மனித சமூகங்களிலும் குழந்தைகளுக்குப் பெயரிடும் வழக்கம் உண்டு. இதில், அமெரிக்கப் பூர்வீகக் குடிகளில், குழந்தைகளுக்குப் பெயர் வைக்கும் மரபில், ஒரு சுவாரஸ்யம் இருக்கிறது. நம்மைப் போல பிறந்தவுடன் குழந்தைக்கு ஏதாவது பெயர் வைக்கிறார்கள். ஆனால், அந்தக் குழந்தை வளர்ந்து, பெரியவனாக ஆன பிறகு, அதன் செயல், சிந்தனை மற்றும் நடத்தைகளுக்கு ஏற்ப புதிய பெயரைச் சூட்டும் வழக்கம் கொண்டுள்ளார்கள் அமெரிக்க பூர்வீகக் குடியினர். பிறக்கும் பொழுது பெற்றோர்கள் அன்பாக அழைக்கும் பெயரை, அந்தக் குழந்தையின் தனித்துவ செயலால் மாற்ற முடியும். இந்த மரபு நம்மூரில் உள்ள பொன்மனச் செம்மல், கலைஞர், உலக நாயகன் போன்ற பட்டங்களைச் சொல்லவில்லை. மாறாக, சிறு வயதுப் பெயரை, வளர்ந்த பின், முழுவதுமாக மாற்றிக் கொள்வார்கள்.

பூர்வீக அமெரிக்கர்களை சித்தரிக்கும் திரைப்படங்களில் மேலாடை இன்றி, தலையில் பறவை இறகுகள் வைத்து அலங்கரிக்கும் ஒருவகை பழங்குடியினர் போல சித்தரிப்பதைப் பார்த்ததும், ஏதோ அவர்கள் பண்பாட்டில் பின் தங்கியவர்கள், மனித நாகரீகம் அற்றவர்கள் என்கிற புரிதல் உருவாகும்.

ஆனால், உண்மை அப்படியல்ல. அவர்களின் ஆன்மீகம் உலகின் அனைத்து ஆன்மீகத்தை விடவும் சிறந்தது. அவர்களின்

பண்பாடு எளிமையானது. இயற்கையோடு இணைந்த வாழ்க்கை முறை அவர்களுடையது. அவர்களின் கடவுளுக்கு பெயர் கூட கிடையாது. கடவுள் என்ற சக்தி (அ) உணர்வு எங்கும் எதிலும் எல்லா நேரங்களிலும் அவர்களிடம் நிறைந்திருக்கும். இப்படி மிக உயர்ந்த ஆன்மீகப் பண்பாடு கொண்ட அமெரிக்கப் பூர்வீகக் குடிகளைப் பற்றி இன்னும் அதிகம் தெரிந்து கொள்ள வேண்டும், அதையும் எழுத வேண்டும்.

இந்தப் பூர்வீகக் குடிகளில் 'லகோட்டோ' எனும் குழு உண்டு. இந்தக் குழுவின் மாபெரும் தலைவன் 'Tȟatȟáŋka Lyotake. இதற்கு 'Sitting Bull' எனப் பொருள். 'Bull' என்றால் காட்டு எருது.

அமெரிக்கப் பூர்வீகக் குடிகளுக்கும், காட்டெருதுகளுக்கும் பெரும் தொடர்பு உண்டு. தனது செயல்பாடுகளால் காட்டெருமையின் வலிமை, போர்க் குணம், அதன் பொறுமை ஆகியவற்றுக்கு இணையானவராக குழுவின் தலைவர் தன்னை வெளிக்காட்டிக் கொண்டதால், அவரின் பெயரை *'Sitting Bull'* என, மாற்றி அழைக்க ஆரம்பித்தார்கள்.

பின்னர் அதையே தனது பெயராக ஆக்கிக் கொண்டார் தலைவர். அந்தப் பெயரின் பொருளுக்கு ஏற்ப தன் நடத்தைகளையும் அமைத்துக் கொண்டார். காட்டெருதுகளுக்கு ஒப்ப துணிச்சலுடன், மக்களை வழி நடத்தும் தலைவராக வாழ்ந்தார். அவரது பிறப்புப் பெயரான 'ஜம்பிங் பேட்ஜர்' என்பதிலிருந்து *'Sitting Bull'* என்கிற மாற்றம் என்பது வெறும் பெயர் மாற்றம் மட்டுமல்ல. இது ஓர் ஆழமான, ஆன்மீகச் செயல். "நீ யாராக யாருக்காக பிறக்கிறாய் என்பதைவிட உனது செயலே உனது பெருமைக்கு உரியது" என்பதை வாழ்வியல் நம்பிக்கையாகவும் மரபாகவும் கொண்டிருந்திருக்கிறார்கள் அமெரிக்கப் பூர்வீகக் குடிகள்.

இதுபோல, ஒருவரின் குணத்திற்கு ஏற்ப பெயர் மாற்றப்படுவது நம்மூரிலும், உலகின் பல இடங்களிலும் உள்ளது. உதாரணமாக, நம்மூரில் ஆன்மீகப் பாதைக்கு சென்ற பலர், மதம் மாறும் பலர், தங்கள் பெயரை மாற்றிக் கொள்வதைப் பார்க்க முடியும். இப்படிப் பெயரை மாற்றுவதன் மூலம் இந்த உலகில் புதிதாகப்

பிறக்கிறோம் என்கிற நம்பிக்கையும் மக்களிடம் உண்டு.

இந்திய அரசியலமைப்பின் முகவுரையை குறித்து பேசிக் கொண்டிருக்கும் இந்தக் கட்டுரையில், இது குறித்து ஏன் விளக்கம் என்கிற கேள்வி எழுகிறதா?

காரணம், நம் முகவுரையிலும் இப்படியான ஓர் அழகிய தருணம் அமைந்துள்ளது எனச் சொல்லத்தான் மேற்கண்ட பெயர் மாற்ற விளக்கம். நம் முகவுரையின் துவக்க வரிகள் அல்லது அறிமுக வாக்கியங்கள் என கீழ்க்காணும் வரிகளைச் சொல்ல முடியும்.

We, The People of India, Having Solemnly Resolved to Constitute India into a Sovereign Socialist Secular Democratic Republic and to secure to All Its Citizens:

அதாவது, "நாங்கள் யார்" என்பதற்கான பதிலாக இந்த வரிகள் உள்ளன.

இந்த வரிகளின் தொடக்கத்தில் "நாங்கள் யார்" என்பதைச் சொல்லப் பயன்படுத்தும் சொல் *"We, The People of India."* அதாவது 'இந்திய மக்கள்.' அதைத் தொடர்ந்து எப்படியான தேசத்தை கட்டமைக்கப்போகிறோம் என்பதைச் சொல்லி இறுதியில் *"to secure to All Its Citizens"* என்று தொடர்கிறது. அதாவது "அதன் குடிமக்களுக்கு உறுதி செய்வது எதுவென்றால்" என்கிற சொற்களோடு தொடர்கிறது. *'Starting as People but Ends as Citizen.'*

இந்த வாக்கியங்களில் துவக்கத்தில் 'மக்களாகிய நாங்கள்' என்று கூறப்பட்டு, இறுதியில் 'குடிமக்களாக' என உருமாறியுள்ளது. இந்த மாற்றத்தை உணரும் பொழுது, அற்புதக் கவிதை ஒன்றை உணரும் தருணமாவதைத் தவிர்க்க முடியாது. 'மக்கள் டூ குடிமக்கள்' என்கிற இந்தப் பெயர் மாற்றம் மிக ஆழமான புரிதலை நமக்குள் கோருகிறது, புதிய சிந்தனை தளத்திற்குள் நம்மை எடுத்துச் செல்கிறது. 'மக்கள்' என்ற சொல் ஒரு பொதுவான சொல். அனைவரையும் குறிக்கும் சொல். அப்படி ஒரு சொல் இருக்கும் பொழுது 'குடிமக்கள்' என்ற

சொல் எதற்கு? அப்படியென்றால், 'குடிமக்கள்' என்பது வேறு ஏதோவொன்றை குறிக்கும் சொல்.

அப்படியானால், 'குடிமக்கள்' என்பவர்கள் வேறு எனவும், 'மக்கள்' என்பவர்கள் வேறு என்றும் அவசரமாக முடிவு செய்து விடவும் முடியாது. 'குடி மக்கள்' என்பவர்களும் அதே 'மக்கள்'தான்! ஆனால், ஒரு தேசத்தில் சட்டப்பூர்வமாக வாழும் அதிகாரம் கொண்ட மக்களுக்கு 'குடிமக்கள்' எனப் பொருள். 'மக்கள்' என்ற சொல் வெகுஜன தளத்தில் பயணிக்கும் மனிதர்களைக் குறிக்கிறது. கதைகள், மரபுகள் மற்றும் நம்பிக்கைகளால் கட்டமைக்கப்பட்ட மனிதர்களையே 'மக்கள்' என்ற சொல் குறிக்கிறது. "குடிமக்கள்" என்று பேசும்போது இன்னும் கவனம் கூர்மையாகிறது. அந்தச் சொல் அரசியலாகிறது.

ஒவ்வொரு தனி மனிதனின் கடமைகள் மற்றும் உரிமைகளைக் குறிக்கும் சொல் 'குடிமக்கள்' என்பதாகும். அரசியல் சாசன சட்டத்தின் கீழ் குறிப்பிட்ட உரிமைகள் மற்றும் கடமைகள் கொண்ட மக்களே 'குடிமக்கள்' என்ற மிகக் கூர்மையான அடையாளத்தை அந்தச் சொல் அளிக்கிறது.

மனிதர்கள் தங்கள் பெயர்களை மாற்றும்போது எழும் அதே உணர்வு, நம் அரசியல் சாசன முகவுரையின் முதல் வரிகளிலேயே 'மக்கள்' என்ற சொல் 'குடிமக்கள்' என்று மாறும்போது எழுகிறது.

மக்களாகிய நம்மை குடிமக்களாக மாற்றும் அந்தச் சொல் எவ்வளவு அழகானது, எவ்வளவு கூர்மையானது, எவ்வளவு மேன்மையானது, எவ்வளவு சிறப்பானது என வியக்க வைக்கிறது. அதை உளப்பூர்வமாக உணரும் தருணம் சொல்ல முடியாத பலவித உணர்வுகளை தோற்றுவிக்கவும் செய்கிறது.

'குடிமக்கள்' என்று பெயர் மாறும்போது, ஏன் இத்தனை உணர்வெழுச்சி என்றால், இந்தத் தேசத்தின் குடிமக்களாக மாறும் முன், மக்களாகிய நாம் யாராக இருந்திருக்கிறோம் என வரலாற்றைப் புரட்டிப் பார்த்தால், சங்க காலங்களின்

சிறு குடிகளாக வாழும் சக மனிதனாக இருந்திருக்கிறோம். மூவேந்தர் காலத்தில் சோழ, சேர, பாண்டிய முடிகளுக்குக் கீழ் வாழும் பிரஜையாக இருந்திருக்கிறோம். அன்னியர்கள் அரசாட்சியில் பிரித்தானிய அரசருக்கு கீழ் வாழும் பிரஜையாக இருந்திருக்கிறோம் என்பது தெரிய வருகிறது.

இது நமக்கு மட்டுமல்ல உலகில் பலருக்கும் நேர்ந்துள்ளது என்பதை வரலாறு நமக்குக் காட்டுகிறது. ஆனால், இந்த இந்திய தேசம் மட்டுமே நம்மை 'குடிமக்களாக' ஏற்றுக் கொண்டுள்ளது. இந்திய அரசியலமைப்பு சட்டம், தன் 'மக்களை', 'குடிமக்கள்' என்ற உயர்ந்த நிலைக்கு உயர்த்துகிறது. யாருடைய விருப்பு வெறுப்புகளுக்கும் அப்பாற்பட்டு, இந்தத் தேசத்தில் தனித்துவமாக வாழ சட்டப்பூர்வமான அதிகாரத்தை அளிக்கிறது.

ஒரு தேசத்தின் உருவாக்கம் என்பது ஒரே நாளில் செய்யப்படுகிற பொருள் அல்ல. அது ஒரு பரிணாம வளர்ச்சி. ஒரு ராஜ்யத்தின் கீழ் உள்ள மக்களை அடிமைகளாகக் கருதாமல், உரிமைகள் மற்றும் கடமைகளுடன் கூடிய குடிமக்களாக மாற்றுவதே, ஒரு தேசத்தை உருவாக்குவதற்கான முதல் படி. இதைத்தான் நம் அரசியல் சாசனம் மிக நேர்த்தியாக செய்திருக்கிறது.

இந்த தேசத்தில் பல தலைமுறைகளாக வாழ்ந்த 'மக்கள்' அனைவருக்கும் புதிய அடையாளத்தை வழங்கி, அவர்களை 'குடிமக்கள்' எனும் உயரிய நிலைக்கு உயர்த்துகிறது நம் அரசியல் சாசனம்.

மக்களை ஏன் குடிமக்களாக்க மாற்ற வேண்டும்? இந்தக் கேள்விக்கு விடை காண புத்தகத்தின் அடுத்தப் பகுதிக்குச் செல்வோம்.

16. எதிர்காலத்தை உறுதி செய்தல்

உலகில் பெரும்பாலான நாடுகளின் அரசியல் சாசன முகவுரைகள் ஒரு குறிப்பிட்ட வடிவத்திலும், அமைப்பிலுமே அமைக்கப்பட்டுள்ளன. அதாவது, *"We, the people..."* அல்லது *"In the name of..."* போன்ற பொதுவான சொற்றொடர்களால்தான் அந்நாடுகளின் முகவுரை தொடங்கும். பிறகு அந்தத் தேசத்தின் அரசாட்சி முறை விளக்கப்படும்.

அடுத்ததாக, அந்த தேசம் உறுதி செய்ய விரும்பும் அல்லது பாதுகாக்க விரும்பும் உன்னத நோக்கங்கள், அறக்கோட்பாடுகள், தேசிய லட்சியம் மற்றும் கொள்கைகள் அறிக்கையிடப்படும்.

இது பெரும்பாலான நாடுகளின் முகவுரையிலுள்ள பொதுவான அமைப்பு.

நாட்டின் அற விழுமியங்களைப் பாதுகாக்கச் செய்வோம் அல்லது நிலைத்திருக்கச் செய்வோம் என்கிற கருத்தைச் சொல்ல *'Guarantee'* (உறுதிப்பாடு), *'Protect'* (பாதுகாப்பு), *'Ensure'* (உறுதி), *'Uphold'* (பின்பற்றுதல்), *'Safeguard'* (காப்பாற்றுதல்) போன்ற சொற்களில் ஏதாவது ஒரு சொல்லைத்தான் உலகின் பல நாடுகள் அவற்றின் முகவுரைகளில் பயன்படுத்துகின்றன.

ஆனால், நம் இந்திய அரசியலமைப்பின் முகவுரையில் *'To Secure'* (உறுதி செய்தல்) என்கிற சொல் பயன்படுத்தப்பட்டுள்ளது.

இந்தச் சொல் இந்திய அரசியலமைப்பு முகவுரையின் சிறப்பு மிக்க அம்சம்.

மேலே கூறிய ஆங்கிலச் சொற்கள் அனைத்தும் ஒரே பொருளைத் தருவது போலத் தோன்றினாலும், அவற்றுக்கிடையில் மிகுந்த நுட்பமான வேறுபாடுகள் உள்ளன. உதாரணமாக, *'Protection Forces'* (பாதுகாப்புப் படைகள்) என்பது பற்றிக் கேட்டிருக்கிறோம் - அவற்றின் நோக்கம் உடனடி அச்சுறுத்தல்களை எதிர்கொண்டு, அந்த அச்சத்தை அகற்றுவது. நிலைமை கட்டுக்குள் வந்ததும், இந்தப் படை விலகி விடும். இது ஒரு குறிப்பிட்ட தேவைக்கான பதிலடி. அதாவது ஒரு நெருக்கடி நேரத்தில் செய்யப்படும் செயல்பாடு.

அதேபோல், 'அமலாக்கத்துறை' *(Enforcement Bureau)* என்பது ஒரு பணியை நிறைவேற்றவோ அல்லது சட்டத்தைப் பின்பற்றச் செய்வதற்காகச் செயல்படும் துறையாகும். யாராவது சட்டங்களை மீறினால், இந்த அமலாக்கத்துறை தலையிடும்.

அதே நேரத்தில், 'உறுதிப்பாட்டு சொற்கள்'*(Speeches Filled with Guarantees)* என்பது பற்றியும் கேள்விப்பட்டிருப்போம். இவை, எதிர்காலத்தில் நடைபெறவிருக்கும் விஷயங்களின் மீதான உறுதிமொழிகள். உறுதிப்பாடு *(Guarantee)* என்பது ஒரு நம்பிக்கை. ஆனால், அது நனவாகுமா என்பது காலத்தின் கைகளில் உள்ளது.

பின்பற்றுதல் *(Uphold)* என்பது குறிப்பிட்ட கொள்கைகள் மற்றும் கோட்பாடுகளைக் காப்பாற்றி, அவற்றைப் பின்பற்றுவது என்பதைக் குறிக்கிறது. இது பெரும்பாலும் ஒரு நிலைத்த செயலாக மட்டும் இருக்கும்.

ஆனால், பாதுகாப்புப் படைகள் *(Security Forces)* என்பதையும் நாம் அடிக்கடி கேட்கிறோம். இவை இரவு பகல் பாராமல், ஒரு நாளின் 24 மணி நேரமும் பணியாற்றும். அவற்றின் கடமைகள் சில நேரங்களில் ஆபத்தை எதிர்க்க மட்டும் அல்ல, தொடர்ந்து கண்காணிப்பையும் செய்யும். இதுதான் *'To Secure'* அதாவது 'உறுதி செய்தல்' என்பதன் மெய்ப்பொருள்.

ஒரு தொடர்ச்சியான, காப்பாற்றும் செய்முறை. இது ஒரு குறிப்பிட்ட அச்சுறுத்தலை அகற்றிவிட்டு, முடிவடைவது அல்ல, மாறாக நிலைத்த பாதுகாப்பையும் உறுதியையும் வழங்குவதைக் குறிக்கிறது.

நம் அரசியல் சாசன முகவுரையின் துவக்கத்தில் உள்ள *'To Secure'* அதாவது 'உறுதி செய்தல்' என்ற சொற்பதம் எதை உறுதி செய்கிறது? யாருக்கு உறுதி செய்கிறது? எப்படி உறுதி செய்கிறது? என்பதை இனி வரும் பக்கங்களில் பார்க்கலாம்.

நான்கு உன்னதங்கள்

1. நீதி

நீதி, நியாயம், நேர்மை, தர்மம் என, பல பெயர்களில் அழைக்கப்படும் 'அறம்' என்ற உன்னதம் மனித சமூக விழுமியங்கள் அனைத்திற்கும் அடிப்படையானது. இதில் 'நீதி' *(Justice)* எனும் 'அறநெறி முறை' மனித இனத்தோடு மிக நீண்ட காலம் பயணிக்கிறது. இது தொன்மையானது மட்டுமல்ல! மனிதர்களுக்கு மட்டுமே சொந்தமானது அல்ல! மனிதனல்லாத உயிரினங்களிடமும் இந்த 'நீதி' காணப்படுகிறது.

எடுத்துக்காட்டாக, ஒரே வேலையைச் செய்யும் இரு குரங்குகளுக்கு வேறு வேறு விதமான வெகுமதி வழங்கினால், குறைவான வெகுமதி பெற்ற குரங்கு, தன் மன வருத்தத்தை எதிர்ப்பாக காட்டுகிறது என்கிறது அறிவியல் ஆய்வு அறிக்கை. நீதி நியாய உணர்வு என்பது மனித சமூகத்தையும் தாண்டிய ஒன்றாகவும் கருதுகிறார்கள் அறிஞர்கள்.

நமது முன்னோர்கள் நீதியை புனிதமான கொள்கையாகக் கருதினர். கிரேக்க புராணம் முதற்கொண்டு இந்தியப் புராணங்கள் அனைத்திலும் நீதிக்கு தனி கதைகள் உண்டு. நீதியை நிர்வகிக்க கடவுள்கள் உண்டு. மனிதர்களின் நன்மை, தீமை செயல்களுக்கு உரிய விளைவுகள் மறுமையில் உண்டு என்கிற கருத்து மிகவும் வலுவாக உலகெங்கும் நம்பிக்கையாக இன்றும் உள்ளது.

அதனால்தான், மனித சமூகத்தின் அடிப்படைத் தேவையான 'நீதி' என்பதை, தெய்வ நம்பிக்கையோடு இணைத்து பயணித்திருக்கிறார்கள்.

பழங்கால பாபிலோனில் உள்ள 'ஹமுராபியின் கோட்' முதல் பண்டைய இந்தியாவின் 'மநு ஸ்மிருதி' வரை, நீதி என்பது அனைவருக்கும் சமமாக இருந்ததில்லை. சாதி அடிப்படையிலும் சமூக கட்டமைப்பிலும், உயர்ந்தவர், தாழ்ந்தவர் என்கிற அடிப்படையில்தான் நீதி வழங்கப்பட்டது. அதாவது யார் எதைப் பெற வேண்டும், யாருக்கு என்ன தண்டனை என்பது அனைவருக்கும் பொதுவாக இருந்ததில்லை. இந்தியா மற்றும் உலகெங்கும் இதே நிலைதான் அப்போது இருந்திருக்கிறது.

இதன் வாயிலாக மொத்த சமூக அமைப்பையும் கட்டுப்பாட்டுக்குள் வைக்கும் கருவியாகவே 'நீதி' பயன்படுத்தப்பட்டது.

இருபதாம் நூற்றாண்டில்தான், இந்த நீதி கேள்விக்கு உட்படுத்தப்பட்டது. நீதி என்பது அனைவருக்கும் சமம் என 20 ஆம் நூற்றாண்டு வாதிட்டது. வென்றும் காட்டியது.

இன்று நீதி என்பது தனி மனிதர்களுக்கு அதிகாரத்தை அளிக்கும் கருவியாக மாறிவிட்டது.

அமெரிக்காவில் சிவில் உரிமைகள் இயக்கம், தென்னாப்பிரிக்காவில் நிறவெறி எதிர்ப்புப் போராட்டங்கள், உலகளாவிய பெண்ணிய இயக்கங்கள் என, பல்வேறு இயக்கங்கள் சமத்துவத்திற்கான சக்தியாக நீதி இருக்க வேண்டும் என்பதை வலியுறுத்தி, தொடர் போராட்டங்களை நடத்தி, வெற்றி கண்டன. தவிர, அமைப்பு ரீதியான அடக்குமுறையை எதிர்த்தும், சம உரிமைகளை உறுதிப்படுத்தவும் பல இயக்கங்கள் போராடின. இந்த அமைப்புகள், இயக்கங்களின் போராட்டங்கள்தான் இருபதாம் நூற்றாண்டில் நீதி பற்றிய நமது புரிதலை புதிய வடிவமாக்கியது.

இன்று, நீதி என்பது தனி மனிதர்களின் உரிமைகளைப் பாதுகாக்கவும், கண்ணியத்தை நிலைநிறுத்தவும், ஒவ்வொரு

நபருக்கும் நியாயமான வாய்ப்பை வழங்கும் கருவியாக மாறியிருக்கிறது. இந்த நீதி, தற்போது சுற்றுச்சூழல் சார்ந்ததாக மாறிக் கொண்டிருக்கிறது. வன விலங்குகளின் உரிமை குறித்தும் பேசுகிறது.

மனித சமூகத்தின் இன்றியமையாத தேவையை தெய்வீகமாக்கி, பின்னர் அதைக் கொண்டு மற்றவர்களை ஒடுக்கிய அதே நீதி காலப்போக்கில் தனி மனித உரிமையாக உருமாறி, இன்று மனிதர்களைத் தாண்டிய மற்ற உயிரினங்களுக்குமான உரிமையைப் பேசிக்கொண்டிருக்கிறது.

தனி மனிதனுக்கும், பொது சமூகத்திற்கும், இயற்கைக்கும், இதர உயிரினங்களுக்கும் வேண்டிய இந்த நீதியின் பயணத்தில் இன்னும் தேடிக் கண்டடைய ஏராளம் உள்ளன. அதுவரை இந்தப் பயணம் தொடர்ந்து கொண்டேதான் இருக்கும்.

நீதி என்றதும், குற்றங்களும் அவற்றுக்கான தண்டனைகளும் என்பதே நம் நினைவுக்கு வரும். அதாவது, குற்றங்களைத் தடுப்பதே நீதி என்று நினைக்கிறோம். ஆனால், நீதி என்பது பரந்து விரிந்த செயல்பாடுகளைக் கொண்டது.

ஒரு தவறான செயலைச் செய்தால், அதற்கு இந்த தண்டனை என, சட்டங்களை இயற்றுவது மட்டும் நீதி அல்ல. அக்குற்றங்கள் நடைபெறக் காரணமாக இருக்கும் சமூக அமைப்பு, பொருளாதார ஏற்றத்தாழ்வு, அரசு அதிகாரங்களில் உள்ள ஏற்றத்தாழ்வுகள், அனுமதிக்கப்பட்ட சுரண்டல்கள், ஒரு குறிப்பிட்ட குழுவினரின் ஆதிக்கம் போன்றவற்றை அகற்றுவதும் நீதி தான். குற்றங்களே நடைபெறாமல் இருக்கும்படி, சமூக அமைப்பில் மாற்றங்கள் கொண்டு வருவதும் ‘நீதி’தான்.

உதாரணமாக, ‘தீண்டாமை ஒரு குற்றம்’ என சட்டம் நிறைவேற்ற முடியும். ஆனால், தீண்டாமை என்னும் குற்றம் உருவாகக் காரணமாக இருக்கும் சாதி முறையை மாற்ற முடியாது. இதுபோல அனைவருக்கும் கல்வி, மருத்துவம், குடிநீர், வாழ்வாதார உரிமை வேண்டும் எனச் சட்டங்கள் போடுவது மட்டுமே குடிமக்களுக்கு நீதியை அளித்துவிடாது. மாறாக,

சமூக அமைப்பில், பொருளாதார செயல்பாடுகளில், அரசியல் அதிகாரங்களிலும் அனைத்து குடிமக்களுக்கும் சமமான நீதி அவசியம்.

இந்த நீதி பரிபாலனம் நீதிமன்ற வளாகங்களைத் தாண்டிய செயல்பாடாக இருக்க வேண்டும். சரியான நீதி என்பது தேசத்தின் வளங்கள், கல்வி, சுகாதாரம், வேலைவாய்ப்பு, வியாபாரம், அரசியல் அதிகாரங்கள் போன்றவற்றை நுகர, ஒவ்வொரு மனிதருக்கும் சமமான வாய்ப்புகளை வழங்க வேண்டும். பண்டைய நீதி முறையால் ஒதுக்கி வைக்கப்பட்ட, ஒடுக்கப்பட்ட சமூகங்களை உயர்த்திட வழி செய்ய வேண்டும். அவர்கள் நிலை மாறுவதற்குத் தேவையான வாய்ப்புகளை உருவாக்க வேண்டும்.

மேலும், வரலாற்று அநீதிகள் மற்றும் பாகுபாடுகளை சரி செய்வதை நோக்கமாகக் கொள்ள வேண்டும். பன்முகத்தன்மையை ஆதரிக்க வேண்டும். ஒற்றை குழுக்களிடம் அதிகாரம் சிக்காமல் அரசியல் அதிகாரங்களை பரவலாக்க வேண்டும். பெண்கள், மாற்றுத்திறனாளிகள், திருநங்கைகள் மற்றும் பிற சிறுபான்மையினருக்கு அதிகாரப் பதவிகள் வகிக்கும் வகையில் சமூகச் சூழலை உருவாக்க வேண்டும். பேச்சுரிமை, ஓட்டுரிமை போன்றவற்றை அளித்து, தேச அமைப்பில் பங்கேற்க வாய்ப்பு அளிக்கப்பட வேண்டும். மனித உரிமைகள் வேண்டும், அவை காக்கப்பட வேண்டும்.

இத்தகைய நீதியை இந்திய குடிமக்களுக்கு உறுதி செய்கிறோம் என்கிறது நமது அரசியல் சாசன முகவுரை. அதனால்தான் "*To Secure All its Citizen - Justice, Social, Economic and Political*" எனக் கூறி, சமூகப் பொருளாதார மற்றும் அரசியல் நீதியை இந்திய குடிமக்களுக்கு உறுதி செய்வோம் என முன்மொழிகிறது நம் அரசியல் சாசனத்தின் முகவுரை.

இதில் சமூக நீதி *(Social Justice)* என்பது நலன், வாய்ப்பு நிலை, எண்ணிக்கை, சமயம், ஜாதி, பட்டம் மற்றும் இதைப் போன்ற பாகுபாடுகளால் ஏற்படும் ஏற்றத் தாழ்வை அகற்றி, அனைத்து

விதத்திலும் அனைவருக்குமான சமத்துவத்தை உருவாக்குதல் என்பதாகும்.

பொருளாதார நீதி *(Economic Justice)* என்றால் சாதி, பாலினம் அல்லது சமூக நிலை என்பவைக்கு அப்பால் உழைப்பிற்கானக் கூலி வழங்கப்பட வேண்டும்.

அரசியல் நீதி *(Political Justice)* என்றால், அரசியல் அதிகாரங்களில் தேவையற்ற வேற்றுமை இருக்காது. அனைவருக்கும் ஓட்டுரிமை, அனைவருக்கும் அதிகாரத்தை நுகரத் தகுதிகளை வழங்குவது.

எனவே, இந்திய குடிமக்களுக்கு அனைத்து வகையான நீதியை உறுதி செய்யக் கூடிய, அனைத்து வகையான சட்ட முறைகளையும் உள்ளடக்கியதே இந்திய அரசியல் சாசனம் என்பதை இந்த முகவுரையின் வரிகள் உணர்த்துகின்றன.

2. விடுதலை விடுதலை விடுதலை

அர்ஜென்டினா நாட்டின் முகவுரை, அந்நாட்டில் வாழ்கிறவர்களுக்கும், அந்நாட்டில் வாழ விரும்புகிறவர்களுக்கும் விடுதலை எனும் ஆசீர்வாதத்தை உறுதி செய்வோம் என்கிறது.

"To Secure the Blessings of Liberty to Ourselves and to All Men in the World Who Wish to Dwell on Argentine Soil..."

தன் தேச எல்லையைக் கடந்து அனைவருக்கும் விடுதலை, ஆசீர்வாதம் என்கிற முழக்கத்தை அர்ஜென்டினா நாட்டின் அரசியலமைப்பு முகவுரையில் வாசிக்கும்போது புல்லரிக்கிறது.

பிரேசில் நாடு, தன் விடுதலையை உன்னத நோக்கங்களில் ஒன்றாகப் பதிவு செய்கிறது. *To Ensure the Exercise of Social and Individual Rights, Liberty, Security, Well-Being, Development, Equality, and Justice as Supreme Values..."*

ஃபிரான்ஸ் நாடு தனது முகவுரையில், "விடுதலை என்பது மக்களாட்சியின் மிக முக்கிய நோக்கங்களின் ஒன்று" என அறைகூவல் விடுகிறது. அமெரிக்காவோ தனது முகவுரையில், *"Secure the Blessings of Liberty to Ourselves and Our Posterity"* என்கிறது. அதாவது, "விடுதலை எனும் ஆசீர்வாதத்தை நமக்கும் நம் சந்ததியினருக்கு உறுதி செய்வோம்" என்கிறது.

இந்த நாடுகளின் முகவுரையில் *'Liberty'* என்ற சொல், தனி மனித விடுதலையாக யாருக்கும் எதற்கும் நாம் அடிமைகள் அல்ல என்பதைக் குறிப்பதாகக் கருத முடியும். இன்னும் நெருக்கமாகப் புரிந்து கொள்ள 'ஹெய்தீ' என்னும் தேசம் "மகிழ்வான வாழ்க்கையை உறுதி செய்யும் வல்லமை கொண்ட விடுதலை எனும் உரிமையை யாராலும் யாரிடமிருந்து பறிக்க முடியாது. இதுதான் விடுதலை என யாரும் விவரிக்க முடியாது" என மகிழ்ச்சி பொங்க உணர்வு பொங்க அவர்களின் அரசியலமைப்பு முகவுரையை அலங்கரிக்கிறது.

"To Guarantee Their Inalienable and Imprescriptible Rights to Life, to Liberty, and to the Pursuit of Happiness..."

ஹெய்தீ தேசம் ஏன் இப்படியான வாசகத்தை எழுதி வைக்க வேண்டும் என்று தேடினால், அவர்கள் நாட்டின் வரலாறு குறித்து நமக்குத் தெரிய வேண்டும். உலகிலேயே கருப்பின அடிமைத்தனத்தை உடைத்து, தனி ஒரு நாடாக மலர்ந்த தேசம் அது. விடுதலையின் மதிப்பை உணர்ந்தவர்கள் அந்நாட்டினர் போலும்!

இந்திய முகவுரை, "இந்திய குடிமக்கள் அனைவருக்கும் சிந்தனை சுதந்திரம், வெளிப்பாடு, நம்பிக்கை, மற்றும் வழிபாட்டு உரிமைகள் உண்டு" எனச் சொல்கிறது. அதே வேளையில் தனிநபர் ஒருவர் சுதந்திரமாக தன் எண்ணங்களை வெளிப்படுத்தவும், பல்வேறு நம்பிக்கைகளை வைத்திருக்கவும், எந்த மதத்தையும் பின்பற்றவும் அனுமதிக்கிறது. அனைத்து குடிமக்களுக்கும் உரிய அதிகாரத்தையும் வழங்குகிறது.

விடுதலை (அ) சுதந்திரம் எனும் இரு சொற்களையும் வேறுபாடுகளின்றி கையாளும் போக்கு நம்மிடம் உள்ளது. *'Liberty'*, *'Freedom'* என்கிற சொற்களும் இப்படித்தான். இந்த இரு சொற்களுக்குள்ளான நுண்ணிய வேறுபாட்டை இந்தப் புத்தகம் எழுதவதற்காக, நான் வாசித்த வாசிப்பு எனக்குப் புலப்படுத்தியது. அந்த நுண்ணிய வேறுபாடு நமக்குள் பயனுள்ள புரிதலை ஏற்படுத்தும் என்பதில் ஐயமில்லை.

இந்திய அரசியல் சாசனத்தை உருவாக்க அமைக்கப்பட்ட நிர்ணய மன்றத்தில் (அல்லது சபையில்) நேரு அவர்கள் அரசியல் சாசனத்தின் குறிக்கோள் மற்றும் தீர்மானத்தை முன்மொழிந்தார். அரசியல் சாசனம் என்பது பல சட்டங்கள், ஷரத்துகள் போன்றவற்றின் தொகுப்பு. அந்தச் சட்டங்கள் எதன் அடிப்படையாக அமைய வேண்டும்? அவை எப்படியான சமூக அமைப்பை உருவாக்க வேண்டும்? என்கிற திட்டத்தின் முன் மாதிரிதான் நேரு அவர்கள் அளித்த *'Objective and Resolutions'* எனும் ஆவணம்.

நேருவின் இந்தக் குறிக்கோள் மற்றும் தீர்மான வரைவு தான் அரசியல் சாசனத்தின் முகவுரையாக அமையும் என, உறுப்பினர்கள் எதிர்பார்த்தனர். ஆனால், டாக்டர் பி.ஆர். அம்பேத்கர் அவர்கள் நேருவின் கொள்கைகளை அப்படியே முன்னுரையாக வைக்காமல், அதில் பல திருத்தங்களை உட்புகுத்தினார். எளிய நடையில் புதிய வடிவமாகவும் புதிய தொனியோடும் அளித்தார். அம்பேத்கரின் சிந்தனையில் தோன்றியதுதான் இன்று நாம் வாசிக்கும் முகவுரை.

நேருவின் கொள்கைப் பிரகடனம் பண்டிதர் நடையில், சட்ட மொழிகளில் அமைந்திருக்கும். அது அன்றைய தலைவர்களின் விருப்பங்களையும் கனவுகளையும் பட்டியலிட்டது போல அமைந்திருக்கும். ஆனால், அம்பேத்கர் அவர்கள் அதை எளிமைப்படுத்தி இருப்பார். அதனால்தான், இந்தியக் குடிமகன் ஒருவன் அரசியல் சாசன முகவுரையை வாசிக்கும் பொழுது, அது உறுதிமொழி வாசிக்கும் உணர்வைப் பெறுகின்ற வகையில் அமைந்துள்ளது.

மற்றொரு மிக நுணுக்கமான வேறுபாட்டை அறிந்தால் ஆச்சரியப்படுவீர்கள்.

நேரு முன்மொழிந்த குறிக்கோள் மற்றும் நோக்கங்கள் ஆவணத்தில் கீழ்காணும் வரி உண்டு.

"This Constituent Assembly Declares Its Firm and Solemn Resolve to Proclaim India as an Independent Sovereign Republic and to Draw up for Her Future Governance a Constitution."

அதாவது, இந்தியாவை ஒரு சுயாதீன குடியரசாக அறிவிக்கும் தனது உறுதியான மற்றும் பரிபூரணமான தீர்மானத்தைப் பதிவு செய்கிறது நேருவின் சொற்கள்.

இதில், "அவளுடைய எதிர்கால ஆட்சிக்கு ஒரு அரசியலமைப்பை உருவாக்குகிறது" என்ற வாக்கியம், நேரு இந்தியாவைப் பெண்பாலாக பாவித்து எழுதியிருப்பதைக் காட்டுகிறது. ஆனால், இன்றைய முகவுரையில் பெண்பால் சித்தரிப்பு இல்லை.

பொது சமூகத்தில், இந்தியாவை ஒரு தாயாக, பாரத மாதாவாக உருவகப்படுத்தும் வழக்கம் அன்று இருந்தது போல இன்றும் இருக்கிறது. ஆனாலும், அப்படியான சொல்லாடல் நமது முகவுரையில் தவிர்க்கப்பட்டுள்ளது. அந்தத் தவிர்ப்பு கவனக்குறைவால் ஏற்பட்டது அல்ல, கவனமாகத் தவிர்க்கப்பட்டது என சொல்லிவிடலாம்.

ஏனென்றால், நாட்டை பெண்பாலாக சித்தரிக்காமல் பொதுமையாக குறிப்பிடுவதன் மூலம் முகவுரை இன்னும் பொதுமையாக்கப்படுகிறது, நம்பிக்கைகள் சார்ந்ததை புறம்தள்ளி முற்போக்கு தொனியோடு ஒலிக்க வைக்கிறது. ஆண், பெண் பாகுபாடு தவிர்க்கும் முறை உருவாகியுள்ள இந்த காலச் சூழலுக்கு ஏற்றதாக ஆக்குகிறது.

மேலும், நேருவின் கொள்கை, நோக்கம் கொண்ட முகவுரைக்கும், இன்று உள்ள முகவுரைக்குமிடையில் நுண்ணிய வேறுபாடுகளும் உள்ளன.

அப்படியான வேறுபாடு விடுதலை *(அ)* சுதந்திரம் *(Freedom/ Liberty)* என்கிற இரு சொற்களுக்கிடையிலான வேறுபாடு. நேரு பயன்படுத்திய சொல் *'Freedom'*. நேரு அளித்த ஆவணத்தில் இடம்பெற்றிருந்த வாக்கியம் *"Freedom of Expression, Belief, Faith, Worship, Vocation, Association and Action."* ஆனால், நேரு அளித்த ஆவணத்தில் திருத்தங்கள் செய்த அம்பேத்கர், இறுதி முகவுரையை சமர்ப்பிக்கும் பொழுது, அந்த முகவுரை வாக்கியம் *"Liberty of Thought, Expression, Belief, Faith and Worship"* என

மாற்றப்பட்டிருந்தது. தான் தலைவராக இருந்த அரசியல் சாசன வரைவுக் குழுவிடம் ஆலோசித்து ஒப்புதல் பெற்ற பின்பே அம்பேத்கர் மாற்றினார். இதற்கான காரணங்களை டாக்டர் அம்பேத்கர் அவர்களின் எழுத்துகள் மற்றும் செயல்பாடுகள் மூலம் நம்மால் புரிந்து கொள்ள முடியும்.

அம்பேத்கர் தனது பெற்றோர்களின் மதமான இந்து மதத்திலிருந்து புத்த மதத்திற்கு மாறினார். அவரோடு பெரும் திரளான மக்களும் மாறினார்கள். இந்த மாற்றத்தின் நோக்கம் என்பது, தனக்கும் மற்றவர்களுக்கும் தங்களை தாங்களே 'விடுவித்துக் கொள்ளும்' அதிகாரம் இந்த நாட்டில் உண்டு என நிகழ்த்திக் காட்டினார். பிறப்பால் வரும் சாதியிலிருந்து யாராலும் தங்களை விடுவிக்க முடியாது. அது நிலையானது என்கிற தத்துவத்திடமிருந்து நம்மை விடுவித்துக் கொள்ளும் அதிகாரம் உண்டு என்பதை உணர்த்தும் விதமாகவே *'Liberty'* என்ற சொல்லை இந்திய அரசியல் சாசனம் வழங்குகிறது என்பதன் செயல் வடிவமாக நாம் இந்த செயலைப் பார்க்கலாம். சாதி அமைப்பு மற்றும் தீண்டாமை ஆகியவற்றின் நுகத்திலிருந்து நம்மை நாமே விடுவித்துக் கொள்ளலாம் என்பதுதான் அதன் உள்ளார்ந்த உணர்வு.

"இந்தியாவில் உள்ள சாதி அமைப்பு, இந்திய சமூகத்தை சமமில்லாத, பாரபட்சம் உள்ள சமூகமாக்குகிறது. தனி மனித சுதந்திரத்தை மறுக்கிறது" என்று அம்பேத்கர் உரைப்பதை அவரின் எழுத்துகளில் வாசிக்க முடியும்.

"சாதி என்பது, ஒருவர் தன் சொந்த விருப்பத்தின் பேரில் தனக்கு விருப்பமான தொழிலைத் துவங்குவதைத் தடுக்கிறது" என்பது அம்பேத்கரின் கருத்து. அந்த இக்கட்டிலிருந்து விடுதலை அளிக்கிறது இந்திய அரசியல் சாசனம் என்பதை உணர்த்தவே *'Liberty'* எனும் சொல்லை முகவுரையில் இடம் பெறச் செய்து, நம்மை பல கட்டுமானங்களிலிருந்து விடுவிக்கும் உரிமையை உறுதி செய்துள்ளார் அண்ணல் அம்பேத்கர்.

அடந்த காட்டில், ஒரு மரத்தின் கூட்டிலிருந்து புறப்பட்டு, வானில் சுதந்திரமாகப் பறக்கும் பறவைக்கும், ஒரு வீட்டின்

கூண்டில் அடைபட்டுக்கிடந்த பறவை, அந்தக் கூண்டிலிருந்து தன்னை விடுவித்துக்கொண்டு பறப்பதற்கும் வேறுபாடு உள்ளதல்லவா?

அதாவது, "ஒரு பறவை வானில் சுதந்திரமாகப் பறக்கிறது" என்பதற்கும், "ஒரு பறவை அது பூட்டி வைக்கப்பட்டிருந்த கூண்டிலிருந்து விடுவித்துக் கொண்டு பறக்கிறது" என்பதற்கும் வேறுபாடு உள்ளது. இதைத்தான் '*Freedom*', '*Liberty*' என்ற சொற்கள் உணர்த்துகின்றன.

'*Freedom*' என்பது அந்தத் தருணத்தைக் குறிக்கும் பொதுவான சொல். '*Liberty*' என்பது கடந்து வந்த பயணத்தையும், கடந்த காலத்தையும் இணைத்துக் குறிக்கிறது.

நேருவின் "*Freedom of Expression, Belief, Faith, Worship, Vocation, Association and Action.*" என்ற வாக்கியத்தை, '*Liberty of Thought, Expression, Belief, Faith and Worship*' என அம்பேத்கர் மாற்றி, முகவுரையில் குறிப்பிடுவதன் வாயிலாக, சிந்தனை அடிமைத்தனத்திலிருந்தும், தனி மனிதன் தன் கருத்துக்களை வெளிப்படுத்த இருந்தத் தடைகளைத் தகர்க்கவும் உரிமை தந்துள்ளது அந்த வாக்கியம்.

மேலும், எந்தத் தடையும் இன்றி விரும்பிய நம்பிக்கைகளை பின்பற்றவும், யாருக்கும் அஞ்சாமல் தனது வழிபாடுகளை பின்பற்றவும் உரிமை தந்து விடுதலை அளிக்கிறது. அதாவது, மானுட விடுதலைக்கு அவசியமான உரிமைகளைத் தந்து, நமக்கு விடுதலை அளிக்கிறது இந்திய அரசியல் சாசனம்.

எனவே, அம்பேத்கர் எழுதிய "*Liberty of Thought, Expression, Belief, Faith and Worship*" என்கிற வரிகள், நமது அரசியல் சாசன முகவுரையை செழுமையாக்குகிறது. உயிருள்ள, ஆழப் பொருள் பொதிந்த, செயல்படுத்தக் கூடிய கருத்தியல் ஆயுதமாக்குகிறது.

3. சமூகப் படிநிலை மற்றும் வாய்ப்புகளில் சமத்துவம்

இந்திய அரசியலமைப்பின் முகவுரைகள் சுட்டிக் காட்டும் நான்கு உன்னதங்களில் மூன்றாவது உன்னதம் 'சமத்துவம்.' இந்திய குடிமக்கள் அனைவருக்கும் அந்தஸ்து மற்றும் வாய்ப்புகளில் சமத்துவத்தை உறுதி செய்வோம் எனச் சொல்கிறது முகவுரை.

"Secure to All its Citizens: Equality of Status and of Opportunity."

புத்தகத்தின் துவக்கப் பகுதியில் சமத்துவமின்மை எப்படி மனிதர்களால் ஏற்படுத்தப்பட்டது எனப் பார்த்தோம் அல்லவா! மனிதர்களின் சமூக வாழ்வு முதலில் மந்தைகளாக இருந்து, பின்னர் குடியாக மாறி, அதைத் தொடர்ந்து ஊராக, நகரமாக, சாம்ராஜ்யமாக விரிவடைந்தது. அந்த நெடும் பயணத்தினூடே சிலரால் அல்லது சில குழுக்களால் திட்டமிட்டு உருவாக்கப்பட்டதே மனிதர்கள் இடையே உள்ள ஏற்றத்தாழ்வு. இப்படி மனிதர்களே மனித சமூகத்துக்குள் உருவாக்கிய ஏற்றத்தாழ்வைக் களைவதே 'மக்களாட்சி' முறையின் முக்கிய லட்சியம்.

★ பிறப்பு, சாதி, மதம் அல்லது சமூக அந்தஸ்து அடிப்படையில் பாகுபாடுகளை ஒழித்தல்.

★ கல்விக்கும், இதர வாய்ப்புகளுக்கும் சமமான அணுகுமுறையை ஊக்குவித்தல்.

★ சிலருக்கு மட்டும் உள்ள சிறப்புச் சலுகைகளை நீக்குதல்.

★ அனைவருக்கும் பொதுவான ஒரே சட்டம் என்பதை உறுதி செய்தல்.

★ வேலைவாய்ப்பு மற்றும் வாழ்வாதாரங்களை பாகுபாடுகள் இன்றி அனைவருக்கும் பகிர்ந்தளித்தல்.

★ மனிதர்கள் அனைவருமே சுதந்திரமாகவும் சமமாகவும்தான் பிறக்கிறார்கள் என்பதை உணர்ந்து கொள்ளுதல்.

★ தேர்தலில் போட்டியிடுவதற்கான உரிமை மற்றும் ஜனநாயக நடைமுறைகளில் அனைவருக்கும் சம பங்கு என்பதை உறுதி செய்தல்.

இவ்வாறாக, இந்திய அரசியலமைப்பு, அனைவருக்கும் சம அந்தஸ்து மற்றும் வாய்ப்புகளை உறுதி செய்ய உறுதி பூண்டுள்ளது.

அதனால்தான், இந்திய அரசியலமைப்பின் முகவுரை சமத்துவமின்மைக்கு எதிரான போராட்டத்தை மிக நுணுக்கமாக நமக்கு சுட்டிக் காட்டுகிறது. 'அனைவரும் சமம்', 'சம நிலையான சமூகம் அமைய வேண்டும்' என, பொதுவாகக் கூறாமல், 'சமத்துவம்' என்பதை மிக நுணுக்கமாக இன்னும் கூர்மைப்படுத்தி பார்க்க நமக்கு கற்றுத் தருகிறது.

"We, The People of India, Having Solemnly Resolved to Constitute India into a Sovereign Socialist Secular Democratic Republic and to Secure to all its Citizens:
Justice, Social, Economic and Political;
Liberty of Thought, Expression, Belief, Faith and Worship;
Equality of Status and of Opportunity;

இதில் *"Equality of Status and Opportunity"* என்பது, "சமூகப் படிநிலையிலும், வாய்ப்புகளிலும் சமத்துவம்" எனப் பொருள்படுகிறது. நமது முகவுரையில் குறிப்பிடும் இந்த வரியை சிறிய ஆய்வுக்கு உட்படுத்தும் பொழுது சுவாரஸ்யமான தகவல் நமக்கு கிடைக்கும்.

இந்த *'Status'* மற்றும் *'Opportunity'* எனும் சொற்கள், எத்தனை நாடுகளின் முகவுரைகளில் இடம்பெற்றுள்ளது? என்பதை ஆய்வு செய்தபோது, 182 நாடுகளில் இந்தியா, லாட்வியா, நமீபியா, பாகிஸ்தான் ஆகிய நான்கு நாடுகளின் முகவுரைகளில் மட்டுமே *'Equal Status'* என்கிற பதம் இடம்பெற்றுள்ளது தெரிய வந்தது.

அதேப் போல 'சமநிலை வாய்ப்புகள்' *(Equal Opportunity)* என்கிற சொற்கள் இடம்பெற்றுள்ள நாடுகள் எவை என பார்த்தால் அங்கோலா, ஆன்டிகுவா, பார்புடா, டொமினிகா, கானா, காம்பியா, ஐஸ்லாந்து, இந்தியா, ஈரான், ஈராக், கொரியா, சைபீரியா, மொராக்கோ, பாகிஸ்தான், செயின்ட் லூசியா, சீஷெல்ஸ், சிரியா, தாய்லாந்து, டிரினிடாட் மற்றும் டொபாகோ ஆகிய 21 நாடுகள் அடங்கிய பட்டியல் கிடைக்கிறது.

மேலே கண்ட பட்டியல்களில் 'ஐஸ்லாந்து' மட்டுமே ஐரோப்பிய நாடு. மற்ற அனைத்தும் ஆப்பிரிக்க ஆசிய நாடுகள். இப்படிப் பட்டியல்படுத்துவதன் மூலம் நம்மால் என்ன புரிந்து கொள்ள முடிகிறது என்பதை வாசகர்களிடம் விட்டுவிட்டு, அடுத்து *'Equal Status and Opportunity'* என்கிற இரு பதங்களும் இடம் பெற்ற நாடுகள் எவை எனப் பிரித்துப் பார்த்தால் இரண்டே இரண்டு நாடுகள் மட்டுமே. அவை, இந்தியா மற்றும் பாகிஸ்தான்.

ஏன், இந்தியா மற்றும் பாகிஸ்தான் நாட்டின் முகவுரைகள் மட்டும் "சமூகப் படிநிலைகளிலும் வாய்ப்புகளிலும் சமநிலை உறுதிபடுத்தப்படும்" என்று கூறுகின்றன? இதன் மூலம் நமக்குத் தெரிவது என்ன? என்னவாக இந்த முடிவை எடுத்துக் கொள்வது? உள்ளிட்டவை குறித்து ஆய்வு செய்வது இந்தப் புத்தகத்தின் நோக்கமல்ல என்பதால், வாசகர்களாகிய உங்களிடமே இந்தப் பொறுப்பை ஒப்படைக்கிறேன்.

அந்தஸ்து (அ) சமூகப் படிநிலை என்பதை எப்படித் தெரிந்து கொள்வது?

"எங்க அந்தஸ்து என்ன தெரியுமா?"

"நாங்க யாரு தெரியுமா?"

"நாங்கள்லாம் பிறப்பிலே அப்படி தெரியுமா?"

இப்படியாக, ஆங்காங்கே விளம்பரப் பதாகைகளிலும், சமூக வலைத்தளங்களிலும் ஒலிக்கும் வசனங்கள் எனக்கு நினைவுக்கு வருகிறது.

மேலும், "நீ அந்த ஊர்க்காரனா? நீ அந்தாளுகளா?" போன்ற தீண்டாமை சொற்களும் நினைவுக்கு வருகின்றன.

பிறப்பால் ஒருவரை ஒதுக்குதல், பிறப்பால் மட்டும் சிலருக்கு சிறப்புச் சலுகைகள் என, பிறப்பால் நீதியளிக்கும் முறைக்கு எதிராக 2000 ஆண்டுகளாக பெரும் போராட்டங்கள் நடந்துள்ளன.

சங்க காலம் தொடங்கி, அய்யா வைகுண்டர், பெரியார், அம்பேத்கர் வரை, சமூக மாற்றத்திற்காக நடந்த போராட்டங்கள் நினைவுக்கு வருகிறது.

எனவேதான், "பிறப்பு, செல்வம், அல்லது பிற சமூக அடையாளங்களின் அடிப்படையில் 'கீழான' *(Inferior)* அல்லது 'மேலான' *(Superior)* என்ற பாகுபாடு யாராலும் கற்பிக்கப்படக் கூடாது. அப்படிக் கற்பிக்கப்படும் சூழலை மாற்றுவோம்" என உறுதியளிக்கிறது நம் இந்திய அரசியலமைப்பின் முகவுரை!

"*Equality of Status and of Opportunity*" என்றால், "பணியிடத்தில் சாதி அல்லது மதத்தை வைத்து ஓரங்கட்டுவது, தனிமைப்படுத்துவது போன்ற பாகுபாடுகளைத் தடுத்து, அனைவரின் சுயமரியாதைக்கும் மதிப்பளித்து, ஒரே அளவான மரியாதை மற்றும் சமூக அங்கீகாரத்தை உறுதி செய்வோம்" என்று பொருள்.

அதாவது, "ஒவ்வொருவரும் தங்களுடைய திறமை மற்றும் முயற்சியின் அடிப்படையில் வெற்றி பெற, அனைவருக்கும் சம வாய்ப்புகள் உறுதி செய்யப்படும்" என்று உறுதியளிக்கிறது நமது முகவுரை!

கல்வி, வேலைவாய்ப்பு, அரசியல் அதிகாரங்களில் பங்குகொள்ளுதல் மற்றும் தனிப்பட்ட வளர்ச்சி போன்ற வாய்ப்புகளில் அனைவருக்கும் ஒரே அளவிலான அணுகுமுறை கொடுக்கப்பட வேண்டும் என்பதை உறுதி செய்கிறது.

அனைத்துப் பின்னணியிலிருந்து வந்த மாணவர்களுக்கும் சமமான, தரமுள்ள கல்வி, உதவித்தொகைகள், மற்றும் வளங்களை உறுதி செய்யும் எனப் பொருள்.

'சமத்துவ சமுதாயம்' அமைய வேண்டும் என்பதற்காகவே சட்டங்கள் இயற்றப்பட்டன என்பதை 'ஹம்மூராய்' கல்வெட்டுகளை வாசிக்கும் பொழுது அறியமுடிகிறது. பல நூற்றாண்டுகளாக சமூக ஏற்றத்தாழ்வுகளைச் சரி செய்ய, பலவித முயற்சிகளை மனித சமூகம் எடுத்துள்ளது. இந்த 'சமூக வளர்ச்சி' எனும் பயணத்தில், மனிதர்களே தங்களுக்குள் ஏற்றத்தாழ்வை உருவாக்கிக் கொள்கிறார்கள். இந்த ஏற்றத்தாழ்வு ஒவ்வொரு காலகட்டத்திலும் புதுப் புது வடிவங்களில் தொடர்கிறது.

அதுபோல, ஏற்றத் தாழ்விற்கு எதிரான போராட்டங்களும் ஒவ்வொரு காலகட்டத்தில், புதுப் புது வடிவத்தில் தொடர்ந்து கொண்டுதான் இருக்கிறது. இந்தப் போராட்டத்திற்கு முடிவு கிடையாது,

அதேவேளையில், போராடாவிட்டால் சமூகமாக தொடர்வது கேள்விக்குள்ளாக்கப்பட்டு, எதிர்ப்புணர்வு அதிகரிக்கும். அது அமைதியின்மையை தோற்றுவிக்கும். பலவித முணுமுணுப்புகள் உருவாகி, சமூகமாக வாழ்வதால் நமக்கு கிடைக்கும் அனைத்தையும் இழக்கச் செய்யும். இறுதியில், அந்தச் சமூகமே முடிவுக்கு வந்துவிடும்.

4. உடன்பிறப்பு எனும் உணர்வு

தேசம் என்பது மிகப்பெரிய மனித குழுவின் அங்கம். இந்தக் குழுவில் அனைவரையும் ஒருமித்துப் பயணிக்க வைக்கும் மனித உணர்வு எதுவெனக் கேட்டால், சிலர் 'பக்தி' என்பார்கள். “தேசபக்தி எனும் உணர்வே இப்படியான பெருங்குழுவாக நம்மை இணைக்கிறது”என்பார்கள். பக்தி என்றால் பெரிய மரியாதையும், முழுமையான நம்பிக்கையும் கொண்ட 'பற்று' எனப் பொருள்.

இந்த 'பக்தி' எனும் உணர்வு பொதுவாகத் தெய்வத்தை நோக்கியே இருக்கும். தெய்வத்தின் மீது கொண்டுள்ள பற்று இந்த உணர்வானது, ஒரு செயலாக எப்படி வெளிப்படும் என யோசித்துப் பாருங்கள்.

அது அர்ப்பணிப்பைக் கோரும், ஆராதனையைக் கோரும், தெய்வத்தைப் போல என்றும் மாறாத குணம் கொண்டதாகத் தேசத்தையும் கருத வைக்கும். நமது கண்களைக் கட்டி, மனதைப் பூட்டி, நமது சிந்தனையைக் குறுக்கும். நாம் பக்தி கொண்டதன் மீது ஒருவர் விமர்சனம் வைத்தால், அதைத் துரோகமாக நினைத்து பெரும் கோபம் கொள்வோம். மற்ற தேசங்களையோ, சமூகங்களையோ பகைப்பதை நியாயப்படுத்தும். சிந்தனை வேறுபாட்டை சந்தேகிக்கும். கருத்து வேறுபாட்டை ஒழிக்க விரும்பும்.

இப்படிப் பெருங்குழுவாக வாழும் ஆற்றலின் அடிப்படை உணர்வை 'அன்பு' எனவும் கூறுவார்கள், கருதுவார்கள். அன்பு என்பது எல்லைகளைக் கடந்த உணர்வு. அதேவேளையில், அன்பின் முழு பரிமாணங்களையும் இன்னும் நம்மால் புரிந்து கொள்ள முடியவில்லை.

காதலர்களுக்கிடையிலான அன்பை, 'காதல்' என்கிறோம். நமது குழந்தைகள் மீதான அன்பை, 'பாசம்' என்கிறோம். இயற்கையின் மீதான அன்பை 'நேசம்' என்கிறோம். எளியவர்கள் மீதான அன்பை, 'கருணை' என்கிறோம். பெயர் முகம் தெரியாத பெரும் திரளாக வாழும் ஒரு தேசத்து மக்கள் மீதான அன்பை எப்படிக் கூறுவது?

அன்பு எனும் சொல் மிக ஆழமானது மட்டுமல்ல, அளவிடமுடியாத அளவிற்கு விசாலமானதும் கூட! அது, பல பரிமாணங்களைக் கொண்டது. புரிந்து கொள்ள கடினமானது. இந்த அன்பெனும் உணர்வு, ஒருவருக்கொருவர் மாறுபடும். 'அன்பு' எனச் சொல்லும் பொழுது, அது ஒருவித அன்னியோன்ய நெருக்கத்தைக் கோருவதாகவும் உள்ளது.

மீண்டும் தேசத்திற்கு வருவோம்...!

தேசம் என்பது தனக்கு நெருக்கமில்லாத, தனது மொழி பேசாத பல கோடி மனிதர்களோடு ஒருவித நம்பிக்கையோடு இணைந்து வாழும் முறை. இப்படிப் பெரும் குழுவாக, நம்பிக்கையின் அடிப்படையில் வாழும் ஆற்றலின் அடிப்படை உணர்வை புரிந்துணர்வு (அ) சகோதரத்துவம் (அ) உடன்பிறப்பு உணர்வு என, பல சொற்களைக் கொண்டு அழைக்கிறோம். இதற்கு இந்திய அரசியல் சாசன முகவுரை பயன்படுத்தும் சொல்தான் '*Fraternity*'. இந்தப் புரிந்துணர்வும் அன்பின் ஒரு பரிணாமம்தான்.

இந்தப் புரிந்துணர்வு எனும் உணர்வு எப்படி இயங்குகிறது எனப் பார்த்தால், அது எந்த அளவிற்கு மனிதர்களை இணைக்கும் வல்லமை கொண்டதோ, அதே அளவு பெருங்கூட்டத்தை சிறிய குழுக்களாக பிரிக்கும் வல்லமையும் கொண்டது. புரிந்துணர்வை மிகச் சிறிய குழுக்களிடம் மட்டுமே நிறுத்திக்

கொள்கிற கட்டமைப்பை இந்த தேச நிலப்பரப்பு பல நூறு நூற்றாண்டுகளாக கொண்டிருந்திருக்கிறது.

இந்திய நிலப்பரப்பில் இருக்கும் பல குழுக்கள், இன்று வரை பல குழுக்களாகப் பிரிந்து, போட்டிப் போட்டுக்கொண்டிருப்பது இந்தப் புரிந்துணர்வைத் தனது சாதிக்குள் மட்டுமான உணர்வாகக் குறுக்கிக் கொண்டதன் விளைவே என எளிதாக நாம் புரிந்து கொள்ள முடியும்.

மனிதர்களின் இயல்பான இந்தப் புரிந்துணர்வு எனும் அன்புணர்வை சிறு குழுக்களாக மட்டுமே செயல்பட வைத்திருப்பதை புரிந்து கொள்ள முடியும். தொழில் சார்ந்த குழுக்களை உருவாக்கி, அக்குழுக்களில் உயர்ந்தவர் யார், தாழ்ந்தவர் யார் என வரிசைப்படுத்தி, அந்த வரிசை காலத்திற்கும் நீடிக்க வேண்டும் என்பதை உறுதி செய்வதற்கு தேவையான கதைகளையும், கதையாடல்களையும் கட்டமைத்தது ஏன் என்பது விளங்கும். மேலும், இந்தப் புரிந்துணர்வு எனும் உணர்வை அரசியல் அதிகார மையங்கள் குறிப்பிட்ட சில குழுக்களின் ஆளுமைக்கான ஆயுதமாக எப்படி வடிவமைத்தார்கள் என்பது தெள்ளத் தெளிவாக விளங்கும்.

இப்படியான சூழல் கொண்ட இந்திய நிலப்பரப்பை, ஒரே தேசம், அதுவும் மக்களாட்சித் தேசமாக ஆக்கும் கனவு நிறைவேற என்ன செய்ய வேண்டும் என்கிற கேள்விக்கான மிகச் சரியான பதில்தான் இந்திய அரசியலமைப்பின் முகப்புரையின் கடைசிப் பகுதி.

“To Promote Among Them All Fraternity Assuring the Dignity of the Individual and the Unity and Integrity of the Nation.”

உடன்பிறப்பு எனும் உணர்வை பரப்பிட, தனிநபர் கண்ணியத்தை நிலைநிறுத்தி, தேசிய ஒற்றுமை மற்றும் ஒருமைப்பாடு உறுதி செய்யப்படும் என்கிற உறுதிமொழியை, இந்தியக் குடிமக்கள் அனைவருக்கும் இந்திய அரசியல் சாசன முகவுரை அளிக்கிறது.

“Men constitute a society because they have things which they possess in common. To have similar things is totally different from

possessing things in common. And the only way by which men can come to possess things in common with one another is by being in communication with one another. This is merely another way of saying that Society continues to exist by communication-indeed, in communication. To make it concrete, it is not enough if men act in a way which agrees with the acts of others. Parallel activity, even if similar, is not sufficient to bind men into a society."

அதாவது, "தங்களுக்குள் பொதுவான கூறுகளைப் பகிர்ந்து வாழ்வதால் மட்டுமே மனிதர்கள் சமூகமாக வாழ்கிறார்கள்" எனப் பொருள். ஒரே மாதிரியான கூறுகளைக் கொண்டதால் மட்டுமே அது சமூகமாகாது. அவர்களுக்கு இடையில் நடக்கும் பரிவர்த்தனைகளே இந்தப் பொதுவானக் கூறுகளை கட்டமைக்கும், அதுவே சமுதாய உணர்வை உருவாக்கும் என்பது அம்பேத்கரின் சிந்தனை.

வென்றாலும், தோற்றாலும், சம்பிரதாய சடங்குகள் ஒரே சாதிக்குள் நடக்கும். தங்கள் சாதிக்குள்தான் திருமணம் செய்து கொள்வார்கள். கோவில், குளிப்பிடம், கூடுமிடம் ஆகியவற்றை தங்கள் சாதிக்குள்ளேயே நிகழ்த்தி, பொதுவான கூறுகளுக்குள் உலகை தீர்மானித்துக் கொள்கிறார்கள் என்கிறார். சாதி, கூட்டு சமுதாய உணர்வை அழித்தொழிக்கிறது. சாதி, பொது சேவையை தடுக்கிறது. சாதி, மனிதர்களின் நேர்மையையும், அவர்களின் விசுவாசத்தையும் அவன் சாதிக்கு மட்டுமே உரித்தாக்கி வாழப் பழக்கி வைக்கிறது.

இப்படி மனிதர்களின் உன்னத இயல்பான கூட்டுணர்வை மிகக் குறுகிய வட்டத்துக்குள் சுருக்கிக் கொண்டு, பல நூற்றாண்டுகளாக வாழப் பழகிய மக்களை, மாபெரும் தேசமாக உருவாக்க, ஒன்றிணைப்பது எப்படி? மக்களாக வாழ்ந்தவர்களை குடி மக்களாக மாற்றுவது எப்படி? என்பதற்கான செயல்திட்ட முறைதான் 'இந்திய அரசியல் சாசனம்.' அதன் ஆன்மாவின் மிகச் சிறிய துளியைதான் நாம் இந்தப் புத்தகத்தில் வாசித்துக் கொண்டிருக்கிறோம்.

இந்திய அரசியலமைப்பு முகவுரை தரும் வாழ்க்கை கனி அமுது

புத்தகத்தின் நிறைவுப் பகுதி இது. எப்படி இந்தப் புத்தகத்தை நிறைவு செய்வது எனத் தெரியாமல், இதுவரை எழுதியது குறித்து மனசுக்குள் அலசி, எங்கோ மிதந்து கொண்டிருக்கிறேன்.

என்னைப் பொறுத்தமட்டில், இந்திய அரசியல் சாசன முகவுரையின் அதி முக்கியமான, கவித்துவமான சொல் '*Fraternity*' என்பதுதான். சகோதரத்துவம், உடன்பிறப்பு உணர்வு, புரிந்துணர்வு என்கிற சொற்களால் இந்த '*Fraternity*' அழைக்கப்படுகிறது. என்றாலும், புரிந்தும் புரியாத உணர்வு அந்தச் சொல்லுக்குள் இருக்கிறது என உள் மனம் சொல்லிக் கொண்டே இருக்கிறது. மேலும், பல கேள்விகளையும் எழுப்பிக் கொண்டிருக்கிறது. இந்த சகோதரத்துவம் என்றால் என்ன?

"ஒரு தேசம் முழுவதும் வாழ்கின்றவர்களை எப்படி சகோதரர்களாகப் பாவிக்க முடியும்? சொத்தில் பங்கு தர வேண்டுமா?" என்ற தர்க்க புத்தி எனக்குள் எட்டிப் பார்த்து, கேள்விகளாக உள் மனதை துளைத்துக் கொண்டிருக்கிறது.

எனது ஓவிய நண்பரிடம் இது குறித்துக் கேட்டேன்.

"சமூகத்தில் உள்ள தனிநபர்களை இணைக்கும் கண்ணுக்குத் தெரியாத நுண்ணிலைதான் சகோதரத்துவம். இந்த உணர்வே

ஒருவரையொருவர் நாம் கவனிக்கவும், ஆபத்துக் காலங்களில் ஒருவருக்கொருவர் ஆதரவளிக்கவும், உதவிக்கரம் நீட்டவும் தூண்டுகிறது. பொதுவான தளங்களில் நம் ஒவ்வொருவரையும் இந்த சகோதரத்துவ உணர்வே இணைக்கிறது. சமூக ஒற்றுமை மற்றும் அமைதிக்கான ஆணிவேர் இது. சமூக நலனுக்காகத் தனிமனிதத் தேவையை சற்றே தளர்த்த ஊக்குவிப்பதுதான் இந்த சகோதரத்துவம்" என்றார்.

அடுத்து அரசியல்வாதி நண்பரிடம் கேட்டேன்.

"தோழா, 'சகோதரத்துவம்' என்ற சொல்லுக்குள் இருக்கும் உணர்வை எப்படி விளக்குவது என, எனக்குத் தெரியவில்லை. ஆனால், அப்படியான உணர்வுடன் நாம் செய்ய வேண்டிய செயல்கள் என்ன என்று எனக்குத் தெரியும். மதம், இனம் அல்லது சமூகப் பின்னணி எதுவாக இருந்தாலும், அந்த மனிதர்களுக்கான மதிப்பு மற்றும் மரியாதையை அளிக்க வேண்டும். சிறுபான்மையினர் மற்றும் ஒதுக்கப்பட்ட குழுக்களுக்கு நியாயமான வாய்ப்புகள் மற்றும் பிரதிநிதித்துவத்தை உறுதிப்படுத்த வேண்டும். அனைவரின் உரிமைகள் பாதுகாக்கப்பட வேண்டும். தேசத்தின் குடிமக்களாக ஒற்றுமை உணர்வை உணர்ந்து தேசிய அடையாளங்களுக்கு மதிப்பளிக்க வேண்டும். நம்மைச் சுற்றியுள்ள மக்கள் மீது இரக்கம், மரியாதை, பொறுமை மற்றும் அக்கறை காட்ட வேண்டும்" என்றார்.

அடுத்து ஒரு தோழரிடம் சகோதரத்துவம் என்ற புரிந்துணர்வு குறித்து 'வாட்சப்' வாயிலாகக் கேட்டேன். கிட்டத்தட்ட ஒரு வாரம் கழித்து பதில் வந்தது.

"அன்பு நண்பரே, நீங்கள் கேட்ட கேள்விக்கு என்னால் சரியாகப் பதில் கூறத் தெரியவில்லை ஆனால், எவையெல்லாம் சகோதரத்துவம் இல்லை என்பதில் தெளிவாக இருக்கிறேன்.

சகோதரத்துவம் என்பது எச்சரிக்கை உணர்வு இல்லாமல் மற்றவர்களைக் கண்மூடித்தனமாக நம்புவது அல்ல. சமூகத் தொண்டு மட்டுமே சகோரத்துவம் அல்ல.

சகோதரத்துவம் என்பது பொருள் சார் உதவி வழங்கும் திறனைப் பற்றியது அல்ல. அங்கீகாரம் அல்லது வெகுமதிகளுக்கு ஆசைப்படுவதும் அல்ல. அனைவரும் ஒரே மாதிரியாக சிந்திக்க வேண்டும் அல்லது செயல்பட வேண்டும் என்று கோருவதுமல்ல.

சகோதரத்துவம் என்பது அவசர காலங்களில் குறுகிய கால உதவி செய்வது மட்டும் அல்ல" என்று பதில் கூறி என்னை குழப்பி வைத்தார். 'நன்றி, வணக்கம்' என, அவருக்குப் பதிலளித்தேன்.

மேற்கண்ட மூவரும் கூறிய பதில்களைத் தொகுத்து, 'சகோதரத்துவம்' எனும் அந்தச் சொல்லுக்கானப் புரிதல் குறித்து மேலும் தெளிவடைய, எனது அன்புத் தமிழ் ஆசிரியர் அவர்களுக்கு ஒரு மின்னஞ்சல் அனுப்பினேன். அவர், தமிழ்ப் பழம் என்பதால், அலைபேசியில் அழைத்துப் பேச தயக்கம். எனவே, மின்னஞ்சல் வாயிலாக விளக்கம் கேட்டிருந்தேன். ஏதோ அதிசயம் நடந்தது போல, "எனக்கு போன் போடு" என அவரிடமிருந்து பதில் வந்தது. அழைத்தேன்.

"நீ சொல்ல வரும் இந்த உணர்வு ஒரு குடும்பத்திற்குள் இருக்கும் பாசப் பிணைப்பு போன்றதா?" எனக் கேட்டார்.

"இல்லை ஐயா, இது குடும்பப் பாசத்தை விட பரந்த உணர்வு. முழு சமூகத்துடனும் கொண்ட பிணைப்பு போன்றது. அனைவரையும் உள்ளடக்கியது" என்றேன்.

"காதலா?" என்றார் சிலிர்ப்புடன்.

"இல்லை."

"எந்த ஒரு தனிப்பட்ட பலனையும் எதிர்பார்க்காமல் மக்கள் இந்த உதவியை வழங்குவதா?"

"ஆம், அது சரி."

"சுவாரஸ்யமாக இருக்கிறது" என்று அவர் ஆழமாக யோசிப்பதை எங்கள் உரையாடலுக்குள் வந்து விழுந்த சில நொடி அமைதி உணர்த்தியது.

"அது நெருக்கடிகளின் போது மட்டும் நடக்குமா அல்லது அன்றாட வாழ்க்கையின் நிலையான பகுதியாக உள்ளதா?" கேட்டார்.

"இது அவசர நிலைக்கு, பேராபத்தில் மட்டுமல்ல..."

"அப்படியானால், இது தேசபக்தி போன்றதா?"

"ஐயோ, இல்லங்கய்யா..."

"கருணை உள்ளம்?"

"இல்லவேயில்லை..."

"ம்ம்ம்..."என, அரை நிமிடம் அமைதி காத்தார். அமைதிக்குப் பின் ஒரு சொல் உதிர்த்தார்.

"ஒப்புரவறிதல்..."

"புரியலிங்கய்யா..." என்றேன் நான்.

"நீ கேட்கும் சகோதரத்துவம் எனும் உணர்வை, நம் தமிழ் இலக்கியங்கள் 'ஒப்புரவறிதல்' என்று கூறுகின்றன" என்றார் தீர்க்கமாக.

"ஒப்புரவறிதல்?" நான் ஆர்வத்துடன் கேட்டேன்.

"ஆம்..." என்ற அவரின் பதில் குரலில், புன்னகை கலந்திருப்பதை சில ஆயிரம் மைல்களுக்கு அப்பால் இருந்து என்னால் உணர முடிந்தது.

"ஒப்புரவறிதல் என்பது மற்றவர்களைப் புரிந்து கொண்டு அவர்களுடன் இணக்கமாக வாழ்வது. நாம் அனைவரும் இணைந்திருக்கிறோம் என்பதை உணர்ந்து கொள்வது. இது மற்றவர்களுக்கு பகிரப்பட்ட கடமை உணர்வுடன் நிற்பதல்ல. பரிதாபம் அல்லது எதிர்பார்ப்பு ஆகியவற்றாலும் அல்ல. மாறாக, முழு சமூகத்தின் மீதும் ஆழ்ந்த மரியாதையுடன் இயங்குவது. உலகம் ஒரு குடும்பமாக செயல்படுகிறது, என்கிற புரிதலை அடிப்படையாகக் கொண்டது.

ஔவையின் 'ஒப்புரவு ஒழுகு' எனும் சொல்லாடல் உனக்கு

நினைவில்லையா? - வள்ளுவர் இதற்குத் தனி அதிகாரமே படைத்துள்ளார்" என்று, என்னை வியப்புக்குள்ளாக்கினார்.

எங்கள் இருவருக்குமான உரையாடல் முடிந்த பின், இதுவரை, நான் தேடிய 'Fraternity' எனப்படும் சகோதரத்துவ உணர்வு, அதாவது உடன்பிறப்புணர்வு அல்லது புரிந்துணர்வைக் குறித்து புரிந்து கொள்ள எனது எழுத்தாளர் நண்பர் ஒருவரைத் தொடர்பு கொண்டேன்.

அந்த நண்பர் இவ்வாறு பதில் அனுப்பியிருந்தார்.

"அன்புள்ள எழுத்தாள நண்பரே,

இந்திய அரசியல் சாசன 'முகவுரை' குறித்த உங்கள் புத்தகத்தை ஆவலோடு எதிர்பார்த்துக் கொண்டிருக்கிறேன். 'முகவுரை' குறித்து உங்களால் அப்படி என்ன எழுதிவிட முடியும் என்கிற எனது நம்பிக்கை, இந்தக் கேள்வியின்போது எனக்கு ஆச்சரியத்தை அளிக்கிறது. கூடவே, புத்தகத்தை வாசிக்கும் ஆவலையும் தூண்டுகிறது.

'முகவுரை' குறித்து, அதிகபட்சம் பத்து பக்கங்கள்தான் எழுதுவீர்கள் என நினைத்தேன். காரணம், சட்ட நுணுக்கங்கள் என்றால், அதிகமான நிறைய விபரங்கள் சேகரித்து, அதிக பக்கங்கள் எழுத முடியும். ஆனால், நீங்கள் நிறைய பக்கங்கள் எழுதியிருப்பது இந்தக் கேள்வியின் வாயிலாகத் தெரிய வருகிறது. எது, எப்படியோ உங்களின் இந்த முயற்சி வெற்றிபெற வாழ்த்துகள்.

எனக்கு, சகோதரத்துவம் குறித்து விரிவாக எழுத வரவில்லை. ஏனென்றால், சென்னை புத்தகத் திருவிழாவுக்கு முன், எனது புத்தகத்தை நிறைவு செய்து அனுப்ப வேண்டிய வேலையில் உள்ளேன்.

என்றாலும், ' சகோதரத்துவம்' என்ற சொல்லுக்குள் இருக்கும் உணர்வு குறித்து, என்னிடம் இருக்கும் குறிப்புகளை உங்களுக்கு அனுப்புகிறேன். இந்த உணர்வு எனது வாசிப்பு அனுபவங்களின் மூலம் அறிந்தவை. நீண்ட கட்டுரையாக ஆக்குவதற்காக

அவ்வப்போது நான் எடுத்து வைத்திருந்த குறிப்புகள் இவை” என்று பதில் அளித்திருந்தார்.

ஒரே மொழியைப் பேசும், ஒரே மதத்தைப் பின்பற்றும் அல்லது ஒரே கலாச்சாரத்தைப் பகிர்ந்து கொள்ளும் சமூகத்தில் மட்டுமே ‘சகோதரத்துவம்’ இருக்க முடியும் என்பது தவறு.

பன்முகத்தன்மை எனும் இயற்கையின் இயல்பை ஆதரிப்பது, ஒருவருக்கொருவர் பரஸ்பர மரியாதை வைத்து, அடிப்படையான புரிதல்கள் மூலம் சமூக பிணைப்புகளை மேம்படுத்த சகோதரத்துவத்தால் முடியும்.

சகோதரத்துவ உணர்வால், நமக்குள் எழும் கருத்து வேறுபாடுகளுக்கு மதிப்பளித்து, விவாதங்களை அனுமதித்து, பொதுவான தளத்தை உருவாக்க முடியும்.

இதுவும் குடும்ப உறவு போன்று எளிதானது. ஆனால், நிபந்தனையற்றது. இனம் புரியாத அன்பில் வேரூன்றி நிற்பது. உணர்ச்சிபூர்வமான தொடர்பை ஏற்படுத்துவது.

சகோதரத்துவம் எனும் உணர்வைப் பெற, பயிற்சி வேண்டும். ஏற்கனவே நமக்குள் பகிரப்பட்டுள்ள பொறுப்பு மற்றும் கடமையைப் பற்றியது. குடும்பப் பிணைப்புகளை விட பரந்தது. கூட்டு நலனுக்கான அர்ப்பணிப்பைக் கொண்டது.

இவ்வாறு அவரின் மின்னஞ்சல் பகிர்வு நிறைவடைந்திருந்தது.

—

2018 ஆம் ஆண்டு, நவம்பர் மாதம், ஒரு குளிர்ந்த மாலை வேளையில், இந்தியா முழுவதும் உள்ள தொலைக்காட்சிகளில் ஒரு வெற்றி காட்சி ஒளிபரப்பானது. ‘மேரி கோம்’ எனும் மணிப்பூர் மாநிலத்து பெண் தனது, கைகளை உயர்த்தி, இந்திய தேசியக் கொடியை சுற்றிக் கொண்டு, மகளிர் உலக குத்துச்சண்டை ‘சாம்பியன்ஷிப்’ போட்டியில் தங்கம் வென்று, நாட்டிற்கு பெருமை சேர்த்துக்கொண்டிருக்கிறார். அந்த வீராங்கனை பதக்க மேடையில் பெருமையுடன் நிற்கும் காட்சி அது. அவரது ஆறாவது தங்கப்பதக்கம். தேசிய கீதம்

ஒலிக்கும்போது, மேரி கோமின் முகத்தை கேமரா கண்கள் நெருக்கமாகக் காட்டுகிறது. அவரது உதடுகளின் அசைவையும், கண்களில் இருந்து வழியும் கண்ணீரையும் பதிவு செய்கிறது 'கேமரா.'

மகிழ்ச்சி, நிம்மதி மற்றும் பெருமிதம் ஆகியவற்றின் கலவை உணர்வு அவரது கண்களில் வெளிப்படுகிறது.

'மேரி கோம்' அடைந்த இந்த வெற்றிச் செய்தி நாடெங்கும், ஊரெங்கும் பேசப்பட்டது. அவர் யார், எந்த ஊர், எப்படி சாதிக்க முடிந்தது போன்ற கேள்விகளுக்கு தீனி போட, தொடர் செய்திகள் அனைத்து மொழி செய்தி ஊடகங்களிலும் வெளியானது. 'மேரி கோம்' இந்தியாவின் தங்க மங்கை என, அனைவரும் புகழ்ந்தனர்.

காலம் அதன் வேகத்தில் ஓடி, கரைந்து கொண்டிருக்கிறது. *2023* ஆம் ஆண்டு, *"My State Is Burning"* என்கிற வாசகம் தாங்கிய செய்தியை 'ட்விட்டர்' வலைதளத்தில் பதிவு இடுகிறார் மேரி கோம்.

அவர் பகிர்ந்த 'என் மாநிலம் எரிகிறது' எனும் 'ட்விட்டர்' செய்தி,- அவரது மாநிலமான மணிப்பூர் சந்திக்கும் வேதனையைப் பிரதிபலிப்பதாக இருந்தது. அவரது சொந்த ஊர், அமைதியை இழந்து கலவரத்தில் சிக்கிக் கொண்டிருக்கிறது. அம்மாநிலத்தில் உள்ள இந்திய குடிமக்கள் கொல்லப்படுகிறார்கள். பெண்கள் மானபங்கம் செய்யப்படுகிறார்கள். அவர் சிறு வயதில் விளையாடிய நிலங்கள் தீக்கிரை ஆக்கப்படுகின்றன. "இவற்றை நிறுத்த முயற்சி செய்யுங்கள்" என, நாட்டின் தலைவர்களுக்கு 'ட்விட்டர்' செய்தி மூலம் இட்ட அழைப்புதான் அது.

ஆனால், மேரி கோம் இந்திய குடிமக்களிடம் வைத்த கோரிக்கைக்கு யாரும் செவிசாய்க்கவில்லை. இன்னும் மணிப்பூர் மாநிலம், கொடுமைகள் அரங்கேறும் மேடையாகவே தொடர்கிறது. அவரின் அறைகூவலை மிக எளிதாக கடந்து சென்றோம். மணிப்பூரில் நடக்கும் எந்தச் செயலுக்கும், எனக்கும் தொடர்பு இல்லை. அதற்கான அக்கறைப்பட

நேரமில்லை” எனக் கடந்தோம்.

மேரி கோமின் சாதனைகள் நாடு முழுவதும் கொண்டாடப்பட்ட போதிலும், அவரது சொந்த மாநிலமான மணிப்பூரில் நிகழும் வேதனைகள் நம்மில் பெரும்பாலானோரின் கவனத்தை ஈர்க்கவில்லை.

மேரி கோமின் வெற்றியில் அவரின் கூட்டாளியாக பங்கெடுத்து மகிழ்ந்த அதே இந்திய குடிமக்கள், அவரது மாநிலத்தில் வாழும் இந்திய குடிமக்களின் வேதனையைப் பகிரும் பொழுது பங்கெடுக்க தயாராக இல்லை.

உடன் பிறப்புரிமை, சகோதரத்துவம், ‘*Fraternity*’ என்பது, வெற்றிக் களத்தில் ஆர்ப்பரிக்கும் கைத்தட்டல்களால் அளவிடப்படவில்லை. சக குடிமக்களின் துயர் துடைக்க நீட்டும் ‘கை’களின் எண்ணிக்கையை வைத்தே கணக்கிடப்படும்.

உடன் பிறப்புணர்வு என்பது என்னவென்றால், இந்திய அரசியல் சாசன முகவுரை உயர்த்திப் பிடிக்கும் அத்தனை விழுமியங்களையும், உன்னதங்களையும், இந்த தேச குடிமக்கள் அனைவருக்கும் பாகுபாடு இன்றி கிடைக்க வழி செய்வது. முகவுரையில் உள்ள உன்னதங்கள் சிதைக்கப்படும்போது, அதற்கு எதிரான கேள்விகளை எழுப்புதல்.

“அப்படியான கேள்விகளை எப்படி எழுப்புவது? எதற்காக எழுப்புவது?” என்பதைத் தெரிந்த கொள்ள ஒரு சிறிய முறை உள்ளது.

இந்திய அரசியல் சாசனத்தின் முகவுரை உரைக்கும் “மக்களாகிய நாம்” என்பதற்கு எதிர்ப்பதம் சாதி, மத, இனம் சார்ந்த உணர்வுகள். அந்த உணர்வுகளை மக்களிடையே தூண்டி, ஓட்டரசியலில் வென்று தேர்ந்தெடுக்கப்பட்ட சிலர்.

இந்திய அரசியல் சாசனத்தின் முகவுரை உரைக்கும் “மதச்சார்பற்ற” என்பதன் எதிர்ப்பதம் ‘மதவாதம்’.

இந்திய அரசியல் சாசனத்தின் முகவுரை உரைக்கும் “சோசியலிஷம்”என்ற சொல்லுக்கு எதிர்ச் சொல், ‘ஏகாதிபத்தியம்’.

இந்திய அரசியல் சாசனத்தின் முகவுரை உரைக்கும் "ஜனநாயகம்"என்ற சொல்லுக்கு எதிர்ச் சொல், 'சர்வாதிகாரம்'.

இந்திய அரசியல் சாசனத்தின் முகவுரை உரைக்கும் "குடியரசு"என்ற வார்த்தைக்கு எதிர்ப்பதம் 'முடியரசு.'

இந்திய அரசியல் சாசனத்தின் முகவுரை உரைக்கும் "நீதி"என்ற பதத்திற்கு எதிர்ப்பதம் 'அநீதி.'

இந்திய அரசியல் சாசனத்தின் முகவுரை உரைக்கும் "சுதந்திரம்"என்ற வேட்கைக்கு எதிர் வேட்கை 'அடக்குமுறை.'

இந்திய அரசியல் சாசனத்தின் முகவுரை உரைக்கும் "சமத்துவம்"என்ற பண்புக்கு எதிர் பண்பு 'ஏற்றத்தாழ்வு.'

ஆக, நம் இந்திய அரசியல் சாசன முகவுரையின் உணர்வுகளுக்கு எதிரான அனைத்து வகை உணர்வுகள், கொள்கைகள், கோட்பாடுகள் யாவும் நம் அரசியல் சாசனத்தை மீறும் செயலே.

இந்தத் தேசத்தின் ஏதோ ஒரு மூலையில் வாழ்கின்றவர்கள் பாதிக்கப்படுகிறார்கள் என்றால், அதை கேள்வி கேட்பது, அதை எதிர்த்து போராடுவதே உடன்பிறப்புணர்வு (அ) சகோதரத்துவம் (அ) '*Fraternity*' ஆகும்.

முகவுரை சொல்லும் உன்னதங்களுக்கான எதிர் செயல்களை, எதிர்ச் சொற்களை புரிந்து கொள்வது, உரையாடுவது, அவற்றை அரசியல் சாசனத்தின் அடிப்படையில் கேள்வி கேட்பது, மேலும் அதற்கு எதிராகப் போராடுவதுதான் உடன்பிறப்புணர்வு (அ) சகோதரத்துவம் (அ) '*Fraternity*' ஆகும்.

ஒரு நாள் பூங்காவில் உலாவிக் கொண்டிருந்தேன். அங்கே, என்னுடன் பணி செய்யும் தோழரைக் கண்டேன். அவர் ஒரு இசை விற்பன்னர். சில பாடல்களுக்கு இசை அமைத்திருக்கிறார். இசையை மற்றவர்களுக்கு கற்றும் தருகிறார். பேச்சோடு பேச்சாக புத்தகம் குறித்துப் பேசினோம். '*Fraternity*' குறித்த எனது புரிதலை அவருக்குக் கடத்தினேன். நான் கேட்காமலே, அவர் அது குறித்துப் பேச ஆரம்பித்தார். 'இல்லை இல்லை' இசைக்க ஆரம்பித்தார்.

"உங்களுக்கு, 'ஷூபர்ட்' எனும் இசை மேதையின் முடிக்கப்படாத சிம்பொனி குறித்து எதுவும் தெரியுமா?" என்றார்.

"என்னது சிம்பொனியா? அப்படினா தஞ்சாவூர் பொன்னி மாதிரி ஏதும் அரிசி வகையா?" என்று கேட்க விளைந்தாலும், கட்டுப்படுத்திக் கொண்டு, "தெரியாது" என்றேன்.

கண்களை மூடிக் கொண்டார், குரலில் பிரமிப்புடன் விவரிக்கத் தொடங்கினார்.

"ஷூபர்ட்டின் முடிக்கப்படாத சிம்பொனி கிசுகிசு போல தொடங்கும். எங்கோ தூரத்தில் ஒலிப்பது போலத்தான் முதலில் துவங்கும். ஆனால், அது ஓர் உறுமல் ஒலி. அந்த உறுமலின் ஒலி செவி வழியாக நமக்குள் புகும் முன்பே, நம் உடல் அதிர்வுகள் மூலம் நமக்குள் ஊடுருவியிருக்கும். அது எப்படி என யோசிக்க மனம் தயாராகும் முன் அந்த உறுமல் நமக்குள் பெரிய பாரத்தை இறக்கி, ஏதோ அசம்பாவிதம் நடந்தது போன்ற உணர்வை அளிக்கும்.

இந்த உறுமலோடு வயலின்கள், குழல்கள் புதிய மெட்டோடு இணைகின்றன. இந்தப் புதிய இசை தொடக்கத்தில் ஆரம்பித்த மென் உறுமலுக்கு வலு சேர்ப்பது போல இணைகிறது. அதன் சோகத்தோடு பங்கு கொள்கிறது. சிதைக்காமல் அதைச் சுற்றி வட்டமிடுகிறது. அதன் சோகத்தைப் புரிந்து, மெதுவாக முன்னோக்கி கொண்டு செல்கிறது இசை.

இந்த இசை இப்படியேதான் தொடர்ந்து செல்லும் என முடிவு செய்து சற்றே நமது கவனம் அதன் கூர்மையை இழக்கத் துவங்கும் பொழுது, இலக்கின்றி எங்கோ அலைந்து கொண்டிருந்த ஒற்றைக் குழலின் ஓசை வந்து அதனோடு இணைந்து, காற்றில் இலக்கின்றி அலையும் மேகங்கள் போல நம்மை வேறு உணர்வுக்குள் கடத்தும்.

முதலில் இணைந்த வயலின் இசையும் இப்போது இணைந்து புதிய அனுபவத்தை நமக்குள் கடத்தத் துவங்கும். இப்பொழுது இந்தப் புதிய இசையின் நடையும் உணர்வும் துவக்கத்தில் நமக்குள் இறக்கிய பாரத்திற்கு மருந்தாக மாறுகிறது. நமது

தலையை அந்த இசைக்கு ஏற்ப அசைத்து, நம்மை மொத்தமாக அதற்குள் இழுத்துக் கொள்கிறது.

இதில் வெவ்வேறு இசைக்கருவிகள். ஒவ்வொன்றும் வெவ்வேறு ஒலிகள். ஆனால், அவை யாவும் ஒன்றாக இணையும்போது, அந்தக் கருவிகளிலிருந்து வெளிப்படும் இசையைக் காட்டிலும் மகத்துவமான ஒன்று நமக்குள் ஊடுருவுகிறது எனக் கூறிய நண்பரின் குரல், அவருக்குள் ஒலித்துக் கொண்டிருந்த சிம்பொனியின் ஒலி அளவை குறைத்து, சற்றே தணிந்தது.

இப்போது அந்த நண்பர் என்னிடம் இவ்வாறு கூறத் துவங்கினார்.

“ஒன்றிணைந்து புதியதைப் படைப்பதே ‘சகோதரத்துவம்’ என, நான் புரிகிறேன். இசைப் போட்டி என வரும்போது, ஒவ்வொரு கருவியும் அதன் தனித்துவமான ஒலியை வெளிப்படுத்தும். ஆனால், அவை ஒரு தருணத்தில் ஒன்றாக இணையும் பொழுது, அந்தத் தருணம் ஆனந்தத்தை விதைக்கிறது.

சகோதரத்துவம் என்பது ஒரே மாதிரியாக இருப்பது அல்ல. இங்கே, ஒவ்வொருவரின் குரலும் முக்கியமானது என்பதைப் புரிந்து கொள்வதும், அனைவரும் இணைந்து புதிய குரலாய் ஒலித்து, ஆனந்தம் எனும் மகா மேன்மையை அடைவது” என்றார்.

அவர் அளித்த பதிலை, அருள் வாக்கு சொல்லும் தெய்வத்தைக் கேட்பது போல் கேட்டுக் கொண்டிருந்தேன்.

நாமெல்லாம், இசையை செவிகளால் கேட்போம். ஆனால், இளையராஜா போன்ற இசை அறிஞர்கள், ஓர் இசையை, அதற்கான குறிப்புகளை வைத்தே கேட்டு மகிழ்வார்கள். அந்த நண்பரும் அப்படித்தான்.

இப்போது, எனது கைபேசிக்கு ஒரு காணொலியை அனுப்பினார் அந்த நண்பர். அதில் ராகதேவன் இளையராஜா ஒரு மேடையில் பல இசைக் கலைஞர்களோடு தோன்றுகிறார். முதலில், பல இசைக் கருவிகளை பல இசைக் கலைஞர்கள் வாயிலாக தனித்தனியாக இசைக்கச் செய்கிறார். அவர்கள் தனித்தனியாக

இசைத்தவை யாவும், கேட்க இனிமையாக இருந்தது.

கூட்டத்தினரை நோக்கி, “இவையெல்லாம் தனித்தனிக் கவிதைகள்” என்கிறார் ராக தேவன்.

அடுத்து தனது இரு கரங்களையும் மேலும் கீழும் அசைக்கிறார். அவரது கைகளின் அசைவுக்குக் கட்டுப்பட்டு, அங்கிருந்த இசைக் கலைஞர்கள், தங்களிடமிருந்த இசைக் கருவிகளை இயக்குகிறார்கள். தனித்தனியாக ஒலித்த கவிதைகள் இப்பொழுது இணைந்து இசைக்கப்படுகிறது. தனித் தனிக் கவிதைகளை ஒரே நேரத்தில், உரிய இசையோடு கேட்டால் எப்படி இருக்கும்? அதுவும் ஒன்றின் தன்மையை மற்றொன்று சிதைக்காமல் இசைக்கும் இசைதான் ‘சிம்பொனி’ என்பதை பார்வையாளர்களுக்கு விளக்குகிறார்.

அடுத்து மீண்டும் தொடக்கத்திலிருந்து தனித்தனியாக ஆரம்பிக்கிறார்கள். பின்னர், மீண்டும் இணைந்து இசைக்கிறார்கள்.

“இதயம் போகுதே
எனையே பிரிந்தே
காதல் இளங்காற்று
பாடுகின்ற பாட்டு கேட்காதோ...
இதயம் போகுதே...”

என தனது குரலில் பாடுகிறார் இளையராஜா. அந்த இசையோடு இணைந்து அவரின் குரல் அந்த இசைக்கு புதிய வடிவத்தை அளிக்கிறது. அன்பால் உள்ளம் குளிர்கிறது. இசையால் நம்மை அரவணைத்துத் தேற்றுகிறது.

‘உடன்பிறப்புணர்வு’ என்ற சொல்லுக்குள் இருக்கும் உணர்வை ‘இதுதான்’, ’இப்படித்தான்’ என, எந்தச் சொற்களாலும் வரையறுத்துவிட முடியாது. எந்த உணர்வுக்குள்ளும் கடத்திவிட முடியாது, கடந்து விடவும் முடியாது. மனிதர்களாக பிறந்த நாம் என்னவாக வாழ்ந்திட முடியும் என்பதைப் பற்றியது உடன்பிறப்புணர்வு எனும் சகோதரத்துவம்.

ஒற்றுமை உணர்வோடும், நல்லிணக்கத்தோடும் வாழ நம் ஒவ்வொருவருக்குள்ளும் எழும் 'சிம்பொனி' இசையாக ஒலிக்கும் குரல்தான் சகோதரத்துவம்.

நாம் ஒவ்வொருவரும் வெவ்வேறு இசைக் கருவிகள். ஆனால், நாம் அனைவரும் இணைந்து, ஒருவரின் தனித்துவத்தை ஒருவர் அழிக்காமல், புதிய உன்னதத்தை, ஆனந்தத்தை உருவாக்குவது. 'சகோதரத்துவம்' என்பது கூடி வாழும் கொண்டாட்டமான, ஆனந்தமான அனுபவம்.

இதைத்தான் நமது இந்திய அரசியல் சாசன முகவுரை, நம் நாட்டு குடிமக்கள் அனைவருக்கும் உணர்த்துகிறது. தனிமனித மாண்பு, ஒற்றுமை, ஒருமைப்பாடு இவற்றை உறுதிப்படுத்தியபடியே, உடன் பிறப்புரிமையை வளர்க்க அழைக்கிறது.

இந்த உணர்வைப் பேணி வளர்க்க அழைக்கும் வரவேற்பு வரிகளாக, *"To promote among them all FRATERNITY assuring the dignity of the individual and the unity and integrity of the Nation"* என்கிறது.

எனவே, 'மந்தைகளாக' வாழ மனிதர்களால் மட்டுமே முடியும். அந்த 'மந்தைகள்' இணைந்து பேரானந்தத்தை தருகிற சிம்பொனியாக ஒலிக்க முடியும். அந்த சிம்பொனி தருகிற உன்னத அனுபவத்தை அனுபவித்து, தேசமாகத் தொடர முடியும் என்கிற உறுதிபாட்டை அளித்து நம்மை வாழ அழைக்கிறது 'முகவுரை' எனும் கவிதை.

அந்தக் கவிதை பாடுகின்ற பாட்டைக் கேட்க இந்தப் புத்தகத்தின் வாயிலாக உங்களையும் அழைத்து, உங்களையும் கேட்க வைத்து, சகோதரத்துடன், புரிந்துணர்வுடன் விடைபெறுகிறேன்.

—

இந்திய அரசியல் சாசனத்தின் முகவுரை குறித்து ஆளுமையாளர்களின் புகழுரை:

Dr. B.R. Ambedkar

"The Preamble is the soul of the Indian Constitution, encapsulating the vision of equality, justice, and liberty. It is the gateway to the rights and values we cherish."

"Sir, this amendment, if one were to analyse it, falls into three distinct parts. There is one part which is declaratory. The second part is descriptive. The third part is objective and obligatory, if I may say so. Now, the declaratory part consists of the following phrase: We the people of India, in our Constituent Assembly, day, this month....... do hereby adopt, enact and give to ourselves this Constitution'.

Jawaharlal Nehru

"The Preamble to our Constitution is a pledge to all Indians, a vision of an equal society, and a commitment to building a nation where liberty and fraternity go hand in hand."

Nani Palkhivala (Eminent jurist)

"The Preamble of the Indian Constitution is a solemn proclamation of our faith in democratic ideals and the strength of our national unity."

Justice H.R. Khanna

"The Preamble is the light that guides the soul of our Constitution, showing the way toward justice, social, economic, and political."

Pranab Mukherjee (former President of India)

"Our Preamble serves as the cornerstone of democracy, embodying the hopes and aspirations of the people of India in four guiding pillars-Justice, Liberty, Equality, and Fraternity."

Indira Gandhi

"The Preamble is the conscience of the Constitution, declaring India's unwavering faith in justice and equality as the bedrock of our democratic spirit."

Dr. S. Radhakrishnan

"The Preamble is not merely words; it is a beacon of our heritage and a pledge of what we must strive to become-a nation rooted in peace, unity, and mutual respect."

Justice P.N. Bhagwati

"The Preamble enshrines the ideals of the Constitution, representing the aspirations of the people. It is a reminder of our journey toward a society where freedom and equality prevail."

Rajendra Prasad (First President of India)

"The Preamble is the heart of the Indian Constitution. It represents our commitment to uplift every citizen, ensuring that justice and liberty are not merely aspirations but realities."

Justice D.Y. Chandrachud

"The Preamble of India is a testament to our collective resolve for justice, liberty, equality, and fraternity. It serves as the guiding star of our constitutional vision."

Syed Muhammad Saadulla - 21-Nov-1949

If we work it in the spirit of the Preamble, we must say that we have a Constitution which can be made an ideal Constitution by working it in the proper spirit.

S. Nagappa 06-Nov-1948

I think, Sir, that the soul of this Constitution is contained in the Preamble and I am glad to express my sense of gratitude to Dr. Ambedkar for having added the word 'fraternity' to the Preamble. Now, Sir, I want to apply the touch-stone of this Preamble to the entire Constitution. If Justice, Liberty, Equality and Fraternity are to be found in this Constitution, if we can get this ideal through this Constitution, I maintain that the Constitution is good.

இந்திய அரசியல் சாசன முகவுரை: வரலாற்றுத் தகவல்கள்

இந்திய அரசியலமைப்பு சாசனத்தின் முகவுரையில் 'Socialist', 'Secular' ஆகிய இரு சொற்களும் 1976 ஆம் ஆண்டுக்கு பின் சேர்க்கப்பட்டவை. அதுபோல 'and Integrity' என்கின்ற பதமும் 1976க்கு பிறகு இணைக்கப்பட்டது.

1946 மற்றும் 1949 க்கு இடையில், கிட்டத்தட்ட மூன்று ஆண்டுகள் நாட்டில் ஒரு கொந்தளிப்பான சூழல் நிலவியது. அந்த இக்கட்டான நேரத்தில், 299 உறுப்பினர்களைக் கொண்ட இந்திய அரசியல் சாசன நிர்ணய மன்றம் (சபை) இந்திய அரசியல் சாசனத்தை உருவாக்கியது.

1946ஆம் ஆண்டு டிசம்பர் 13ஆம் நாள்தான் இந்திய அரசியலமைப்புச் மன்றம் (சபை) இந்திய அரசியலமைப்பை உருவாக்கும் பணியை முறையாகத் தொடங்கியது. இந்த மாற்றத்திற்கான தீர்மானத்தை ஜவஹர்லால் நேரு முன்வைத்தார். அந்தத் தீர்மானம் இந்தியாவை ஒரு சுதந்திர இறையாண்மைக் கொண்ட குடியரசாக அறிவித்து அதன் எதிர்காலத்தை நிர்வகிக்க ஓர் அரசியலமைப்பை உருவாக்குவதை நோக்கமாகக் கொண்டது. மேலும், அந்தத் தீர்மானம் அரசியலமைப்பு மன்றத்தின் (சபையின்) பணிகளுக்கு வழிகாட்டும் பொதுவான கொள்கைகளையும் நிறுவியது. நேருவின் தீர்மானத்தை, ஜனவரி

22, 1947 அன்று, அரசியல் நிர்ணய சபை ஏற்றுக்கொண்டது.

அரசியல் சாசன நிர்ணய மன்றத்தின் முதல் கூட்டம் நாடாளுமன்ற மைய மண்டபத்தில் நடைபெற்றது. தனி நாடு கோரிய இந்திய யூனியன் முஸ்லிம் லீக் கட்சி, அந்தக் கூட்டத்தைப் புறக்கணித்தது. வயதில் மூத்தவரான சச்சிதானந்த சின்ஹா அந்தக் கூட்டத்திற்கு தற்காலிகத் தலைவராகத் தேர்ந்தெடுக்கப்பட்டார். பின்னர் 11, டிசம்பர் 1946ல் இராசேந்திர பிரசாத் அரசியல் அமைப்பு நிர்ணய மன்றத்தின் தலைவராகத் தேர்ந்தெடுக்கப்பட்டார்.

அரசியலமைப்பின் பல்வேறு அம்சங்களை ஆராய்ந்து அறிக்கையிடவும் பல குழுக்கள் நாடெங்கும் நிறுவப்பட்டன. அடிப்படை உரிமைகள், சிறுபான்மையினர் மற்றும் பழங்குடியினர் மற்றும் விலக்கப்பட்ட பகுதிகளுக்கான ஆலோசனைக் குழு, அடிப்படை உரிமைகளுக்கான துணைக் குழு மற்றும் சிறுபான்மை உரிமைகளுக்கான துணைக் குழு, யூனியன் அதிகாரங்கள் குழு, யூனியன் அரசியலமைப்பு குழு மற்றும் மாகாண அரசியலமைப்பு குழு ஆகியவை இதில் அடங்கும்.

இந்தக் குழுக்கள் ஏப்ரல் மற்றும் ஆகஸ்ட் 1947க்கு இடையில் அரசியல் நிர்ணய சபைக்கு தங்கள் அறிக்கைகளைச் சமர்ப்பித்தன. இதற்கிடையில், குழுக்கள் தங்கள் அறிக்கைகளைச் சமர்ப்பித்தபோது, அரசியலமைப்புச் சபை பரிந்துரைகளில் கோடிட்டுக் காட்டப்பட்டுள்ள பொதுவானக் கொள்கைகளைப் பற்றி விவாதித்தது. இந்த விவாதங்கள் ஆகஸ்ட் 30, 1947 அன்று முடிவடைந்தன.

முந்தைய கூட்டங்களில் சமர்ப்பிக்கப்பட்ட, பல்வேறு குழுக்களின் அறிக்கைகள் மற்றும் அரசியல் நிர்ணய சபையில் நடந்த விவாதங்களின் அடிப்படையில், அரசியல் நிர்ணய மன்றத்தின் ஆலோசகர் பி.என். ராவ், 'இந்திய அரசியலமைப்பு வரைவு' என்பதை முதலில் தயாரித்தார். இந்த வரைவு அரசியலமைப்பு வரைவு, அக்டோபர் 1947ல் முடிக்கப்பட்டு, வரைவுக் குழுவிடம் சமர்ப்பிக்கப்பட்டது.

27 அக்டோபர் 1947ல், அரசியலமைப்பு ஆலோசகரால் தயாரிக்கப்பட்ட வரைவு அரசியலமைப்பை, மற்ற அறிக்கைகள் மற்றும் குறிப்புகளுடன் வரைவுக் குழு ஆய்வு செய்யத் தொடங்கியது. பின்னர் தேவையான மாற்றங்களை அதில் செய்த பின்னர், வரைவுக் குழு தனது இறுதி வரைவு அரசியலமைப்பை 1948 பிப்ரவரி 21 அன்று இந்திய அரசியலமைப்பு மன்றத் தலைவரிடம் சமர்ப்பித்தது.

அரசியலமைப்புச் சட்ட வரைவு, அரசியல் நிர்ணய மன்றத் தலைவரிடம் சமர்ப்பிக்கப்பட்ட பின்னர், அது பொது வெளியில் பகிரப்பட்டும், வெளியிடப்பட்டும் பொதுமக்கள் மத்தியில் பரப்பப்பட்டது. அதன் வாயிலாக பல கருத்துக்கள், விமர்சனங்கள் மற்றும் பரிந்துரைகள் நாடு முழுவதுமிருந்து பெறப்பட்டன.

நாடு முழுவதும் இருந்து பெறப்பட்ட கோரிக்கைகளின் அடிப்படையை ஆராய்ந்து, அரசியலமைப்பு வரைவு மீண்டும் திருத்தப்பட்டது. அப்படித் திருத்தப்பட்ட அரசியல் அமைப்பு வரைவு, 1949 ஆம் ஆண்டு நவம்பர் 3 ஆம் நாள் அன்று அரசியலமைப்பு மன்றத் தலைவரிடம் சமர்ப்பிக்கப்பட்டது. பின்னர், 14 நவம்பர் 1949 அன்று பாராளுமன்றத்தில் அறிமுகப்படுத்தப்பட்டது.

1949 ஆம் ஆண்டு, நவம்பர் 26ஆம் நாள் அன்று, அம்பேத்கர் முன் மொழிந்த அரசியல் சாசன பிரதிக்கு ஆதரவாக அரசியல் நிர்ணய மன்றம் வாக்களித்து ஏற்றுக்கொண்டது. இந்த நாளே, இந்திய அரசியல் சாசன நாளாக கொண்டாடப்படுகிறது.

பின்னர், இந்திய அரசியலமைப்பின் இறுதி பதிப்பு 24 ஜனவரி 1950 அன்று பாராளுமன்ற உறுப்பினர்களால் கையெழுத்திடப்பட்டது.

இறுதியாக, 1950 ஆம் ஆண்டு ஜனவரி 26 ஆம் நாள் அன்று நடைமுறைக்கு வந்தது. இந்த நாளே குடியரசு நாளாக கொண்டாடப்படுகிறது.

அரசியல் சாசன வரைவுக்குழு 165 முறை சந்தித்துக் கொண்டது. அதில் 144 நாட்கள் அரசியல் சட்டம் தொடர்பான பிரதான விவாதங்களும் திருத்தத் தீர்மானங்களும் கொண்டுவரப்பட்டன. மொத்தம் 7 ஆயிரத்து 635 திருத்த தீர்மானங்களும் தாக்கல் செய்யப்பட்டன. அதில் 2400 திருத்தங்களைக் குழு நீக்கியது.

ஆங்கிலம், இந்தி ஆகிய இரண்டு மொழிகளில் அரசியலமைப்புச் சட்டம் எழுதப்பட்டது.

—

எழுத்தாளர் நிர்மல், தூத்துக்குடி மாவட்டம் 'ஏரல்' எனும் ஊருக்கு அருகில் உள்ள 'திருவழுதிவிளை' என்ற கிராமத்தைச் சேர்ந்தவர். வாசிப்பு, இசை, விளையாட்டு, அறிவியல், உலக அரசியல் மற்றும் பறை இசைத்தலில் மிகுந்த ஈடுபாடு கொண்டவர்.

பாளையங்கோட்டை 'தூய சவேரியார் கல்லூரி'யில் வேதியியல் பட்டம் பெற்ற இவர், 'தொழிற்சாலை பாதுகாப்பு' மற்றும் 'சுற்றுச்சூழல்' குறித்த மேற்படிப்பை முடித்து, தூத்துக்குடி 'ஸ்பிக்' நிறுவனத்தில் பணியாற்றினார். தற்போது 'கத்தார்' தேசத்தில் 'பெட்ரோ கெமிக்கல்' துறையில் பணியாற்றி வருகிறார்.

இவரின் முந்தைய படைப்புகளான 'காணாமல் போன தேசங்கள்', 'நிலமும் பொழுதும்', 'குன்றா வளம்' , 'சகாக்கள்' ஆகியவை வாசகர்களிடம் நன் மதிப்பைப் பெற்றன.

பூமியின் தோற்றம் மற்றும் வரலாற்றைக் குறித்து அறிந்துகொள்ள, அறிவியல் அறிஞர்கள் மேற்கொண்ட பல்வேறு ஆய்வுகளை, உரிய தரவுகளோடும் அழகான நடையிலும் தொகுத்து, இவர் எழுதிய 'நிலமும் பொழுதும்' என்ற புத்தகத்தை வாசித்த தமிழக காவல்துறையின் முன்னாள் டி.ஜி.பி. சைலேந்திர பாபு அவர்கள், தன் கைப்பட வாழ்த்துக் கடிதம் எழுதி, பாராட்டு தெரிவித்தார்.

மேலும், தமிழ்நாடு முற்போக்கு கலை இலக்கிய மேடை சார்பில், 'அசோகமித்திரன் நினைவு படைப்பூக்க விருது' பெற்றுள்ள நிர்மல் அவர்கள் 'இடுக்கண் படினும்' என்ற குறு நாவலையும் எழுதியுள்ளார். இந் நாவல், 2024ஆம் ஆண்டு 'நீலம்' பதிப்பகம் நடத்திய இலக்கியப் போட்டியில் பங்கேற்று, 20000 ரூபாய் பரிசு வென்றது குறிப்பிடத்தக்கது.

www.ingramcontent.com/pod-product-compliance
Lightning Source LLC
LaVergne TN
LVHW090357051026
849518LV00006B/2157
* 9 7 8 9 3 4 8 4 3 9 5 1 2 *